D1680350

ஒளி

ஒளி

சுசித்ரா

பதாகை

யாவரும் பப்ளிஷர்ஸ்

The views and opinions expressed in this book are the author's own. The facts contained herein were reported to be true as on the date of publication by the author to the publishers of the book, and the publishers are not in any way liable for their accuracy or veracity.

- ஒளி ● சிறுகதை ● சுசித்ரா © ● முதல் பதிப்பு : டிசம்பர் 2019
- Oli ● Short Stories ● Suchitra © ● First Edition : December 2019

Pages : 152 ● Price : ₹ 180/-

Cover artwork by : Manohar Devadoss

Designed by : Gopu Rasuvel

ISBN : 9789388133517

Released by :

Padhagai and

Yaavarum Publishers,
214, Bhuvaneshwari Nagar IIIrd Main Road
Velachery, Chennai-600 042
90424 61472 / 98416 43380
editor@yaavarum.com
Url : www.yaavarum.com; www.be4books.com

All rights, including professional, amateur, motion pictures, recitation, public reading, broadcasting and the rights of translation into foreign languages are strictly reserved. No part of this book may be reproduced in whole or in part or utilized in any form or by any means electronic or mechanical, including photocopying, recording or by any information storage and retrieval system now known or hereafter invented, without the prior written permission of the author/publisher.

சுசித்ரா (பி.1987)

சொந்த ஊர் மதுரை. அறிவியலில் பட்டமேற்படிப்பு செய்திருக்கிறார். தற்போது ஆய்வுப்பணி நிமித்தமாக சுவிட்ஸர்லாந்தில் பாசல் நகரில் வசித்து வருகிறார். தமிழ், ஆங்கிலம் இரண்டு மொழிகளிலும் புனைவு எழுதி வருகிறார். மொழிபெயர்ப்புகள் செய்துள்ளார். 'ஒளி' இவருடைய முதல் சிறுகதை தொகுதி.

suchitra.blog
suchithewriter@gmail.com

நன்றி

எழுத்தாளர் சுனில் கிருஷ்ணன்,
எழுத்தாளர் ஜீவகரிகாலன்,
பதாகை - யாவரும் பதிப்பகம்.

சொல்புதிது, பதாகை, அரூ இதழ்களின்
ஆசிரியர்க் குழுக்கள் மற்றும் வாசகர்கள்.

நண்பர்கள் அஜிதன், கடலூர் சீனு,
சுதா ஸ்ரீனிவாசன், ஸ்ரீனிவாசன், நரேன்,
நம்பிகிருஷ்ணன், விஷால் ராஜா மற்றும்
விஷ்ணுபுர இலக்கிய வட்ட நண்பர்கள்.

புகைப்படக் கலைஞர் ஏ.வி.மணிகண்டன்

ஓவியர், எழுத்தாளர் மனோகர் தேவதாஸ்

எழுத்தாளர் ஜெயமோகன்.

பேரன்பிற்குரிய வருண் மற்றும் குடும்பத்தார்.

பொற்றாமரையின் கதைசொல்லி

என்னை ஆளாக்கிய விசைகளில் தலையாயது மதுரை என்ற நகரம். பதினான்கு வயது முதல் இருபத்தோரு வயது வரை இந்த நகருக்குள் ஒரு பெண் குழந்தைக்கு எந்தளவுக்கு சாத்தியமாகுமோ அந்தளவுக்கு அலைந்து திரிந்திருக்கிறேன். தெய்வச்சிலைக்கெதிராக பொறிக்கப்பட்டு தினம்தினம் அதன் முகத்தை ஏந்தும் கண்ணாடியில் நம்முடைய முகத்தைக்காணும்போது ஏற்படும் துணுக்குறலை இந்த நகரத்தினுள் அமிழும் தோறும் என் தன்னிலையாக உணர்ந்திருக்கிறேன். மதுரை வரலாற்றாழமும் பண்பாட்டாழமும் உடைய தொன்மையான ஊர். காலாதீதத்தின் ஆழத்தை, அழுத்தத்தை உணராமல் இந்நகருக்குள் சற்றேனும் உணர்வுண்ட ஒருவரால் உலவி வர முடியாது.

அதேசமயத்தில் இதன் ஆன்மா அழகால், பூரிப்பால், கொண்டாட்டங்களால் நிறைந்தது. சர்வமங்களமும் பொருந்தியது. “கனி! கனி!” என்று கணந்தோறும் பாசத்தோடு அழைப்பது. கோயில்களில், கடைவீதிகளில், பேருந்து நிலையங்களில், உணவகங்களில் பேருவகையுடன் பொங்குவது. இந்நகரின் ஆன்மாவை ஒருநாளும் பிரியாமல் உள்ளுக்குள்ளே பொத்திவைத்து உலகமெல்லாம் சுற்றி வந்திருக்கிறேன். வாழ்க்கைத் தருணங்களிலெல்லாம் மீட்டெடுத்து அதன் கதகதப்பில் குளிர் காய்ந்திருக்கிறேன். அதன் பெருமதியாகவே எழுதுகிறேன்.

இந்தத்தொகுப்பில் உள்ள அத்தனைக் கதைகளிலும் இந்த அம்சமே பல்கிப்பெருகி வெளிப்படுவதாக நினைக்கிறேன். பதின்பருவம் முதல் எழுதியவற்றை இப்போது எடுத்து நோக்கும்போது இக்கதைகளின் தொடக்க வடிவங்களாகவே அவைதென்படுகின்றன. ‘என்’ கதைகளை சரியாகச் சொல்வது எப்படி என்ற தேடலில்தான் இத்தனை நாட்கள் இருந்திருப்பதாக இப்போது படுகிறது. தொடக்கத்தில் ஆங்கிலத்தில் எழுத முயன்று, என் தேடலின் வெளிப்பாட்டுக்கு அந்த மொழி போதாமல், ஒரு இடைவெளிக்குப் பின் தமிழ் இலக்கிய மரபைக் கற்று அதன் வழியே இக்கதைகளை அடைந்திருக்கிறேன். இவை தொடக்க முயற்சிகள். என் கேள்விகளில் சிலவற்றுக்குள் செல்ல முயலும் ஆரம்பக்கட்ட பிரயத்தனங்கள். கதை வடிவையும் வெளிப்பாட்டு மொழியையும் இன்னும் பயின்றுகொண்டுதான் இருக்கிறேன். செல்ல நெடுந்தூரம்.

கல்லூரி காலத்தில் நான் நிறைய வாசித்த இடங்களில் ஒன்று மீனாட்சியம்மன் கோயிலின் பொற்றாமரைக் குளத்துப் படிக்கட்டுகள். கோபுரங்கள் சூழ காற்றாட அமர்ந்து ஓதுவார் இசைக்கும் வண்ணமாகப் பொங்கும் மானுடத்திரளுக்கும் மத்தியில் ஒரு புத்தகத்தினுள் முற்றிலும் அமிழ்ந்திருப்பது ஒரு தனி அனுபவம். அப்போது அந்த குளத்தின் தொன்மம் தெரியாது. சங்கப் புலவர்களை பற்றியும் அவர்கள் மிதந்து வென்ற பலகையைப் பற்றியும் தெரியாது.

இன்று தமிழிலக்கியமும் உலக இலக்கியமும் ஆழ்ந்து வாசிக்கையில் அந்த மரபின் அரவணைப்பில்தான் என்றும் இருந்திருப்பதாக உணர்கிறேன். என் மொழியின் மரபு மட்டும்மல்லாது, மானுடத்தின் அகம் இந்தப் பிரபஞ்ச வெளியை அர்த்தப்படுத்த கதைகளை உருவாக்கும் பெருமரபில் என் இருப்பை உணர்கிறேன். அறமும் மறமும் ரௌத்திரமும், அருளும் கனிவும் மானுடமும், தவமும் அழகும் பேரிருப்பும், எல்லாம் வந்தது கதை வழியே.

எல்லா இலக்கிய மரபுகளும் காலந்தோறும் 'கதை' என்ற மாயவொளிப் பொருந்திய அருமணியை உள்ளங்கையில் வைத்து உருட்டிக் கொண்டிருக்கின்றன. எல்லா மரபுகளுக்கடியிலும் கதைகளை பொறுமையாகக் கேட்டு அதன் பெருமதியை அளக்கும் ரசனையுள்ளம் ஒன்று உள்ளது. எல்லாக் கதைகளையுமே பொற்றாமரை கேட்டுக் கொண்டிருக்கிறாள். தான் அங்கீகரிக்கும் கதைகளின் ஒளிபூண்டு மிளிர்கிறாள்.

பொற்றாமரை பெருத்த ரசனைக்காரி. நிறைய எதிர்பார்ப்பவள். வாழ்நாளில் அவள் ஏற்றுக்கொள்ளும்படி ஒரு கதையாவது நிகழ்த்திவிட வேண்டும் என்ற நம்பிக்கையுடன் எழுதத்தொடங்கியிருக்கிறேன். நடக்கட்டும்.

சுசித்ரா

பாசல், சுவிட்சர்லாந்து / திருநகர், மதுரை

நவம்பர் 2019

பொருளடக்கம்

ஊஞ்சல்	11
ஒரு மழைநாள்	21
ஒளி	30
தேள்	50
நட்சத்திரங்கள் பொழிந்துகொண்டிருக்கின்றன	61
லீலாவதியின் தத்துவங்கள்	67
அலாதசாந்தி	75
யாமத்தும் யானே உளேன்	81
ஹைட்ரா	131
சிறகதிர்வு	142

ஊஞ்சல்

காணுமெல்லைவரை கையிரண்டையும் விரித்து கருமையில் கரைந்துகொண்டிருந்தது கங்கை.

அனு நதியால் மந்திரிக்கப்பட்டவள்போல நீரையே நோக்கிக் கொண்டிருந்தாள்.

அதிகாலைக் காற்றின் சலசலப்பு நீர்பரப்பின் மேல் அலைகளை எழுப்பியது. அவற்றை இழுத்தும் தள்ளியும் விளையாடிக் கொண்டிருந்தது.

கருக்குவான் இருட்டில் நதியும் வெளியும் ஒன்றென மயங்கியது. இரண்டுமே கண்ணென்று ஆழம் கொண்டிருந்தன. இரண்டுமே துல்லியமான துளிப்புள்ளிகளாக ஒளியை ஏந்தியிருந்தன.

கறுத்த ஒழுக்கில் நீர் எங்கே முடிந்தது, வெளி எங்கே பிறந்தது என்று அனுவால் சொல்லமுடியவில்லை. கண்ணின் இருள் வழியாக அவள் உள்ளுக்குள்ளும் அந்த மயக்கவெளி ஊடுருவியது போல் அலையடித்துக்கொண்டிருந்தது அவள் சித்தம்.

மேலும் கீழுமாக எகிறிப் பாய்ந்த மாபெரும் தையல்களைக்கொண்டு யாரோ வானையும் மண்ணையும் கட்டி இணைத்திருந்தார்கள். ஒரு பிரம்மாண்டமான ஊசியை கொடுத்து வாங்கி சரடுசரடாக இழுத்ததுபோல் அந்தத் தையல் மூன்றாள் உயரத்துக்கு ஓங்கி எழுந்தது. உலோகத்தை நூற்த்து, திரியாக இழுத்து, நதிக்கு குறுக்கே இறுக்கிக் கட்டப்பட்டிருந்தது.

அனு பாலத்தைப் பார்த்தாள். அதிகாலைக் காற்றில் தனக்குள் ஏதோ சிந்தனையில் மூழ்கியதுபோல் அது தன்னையறியாமல் மெல்ல அசைந்துகொண்டிருந்தது.

முதல்முடிவுமில்லாமல், அகலநீளம் கொள்ளாமல், இருட்டென கரைந்தோடிய அம்மாபெரும் நதிக்கு எதிர்விசையாக நிற்கிறோகமே என்ற பிரக்ஞையே இல்லாததுபோல.

அனு ஒரு பாதத்தை மட்டும் பாலத்தின் மீது வைத்தாள். அவள் வருகையை அறிந்ததுபோல் அது 'வா' என்று அசைந்தது. நடக்க நடக்க அந்த அசைவு அவள் உடலை ஆட்கொண்டது. அதிர்வு கொண்ட வீணைத்தந்தி மேல் ஊர்ந்துச் செல்வதாகத் தோன்றியது.

நெஞ்சாழத்தில் கண்ணென்று ஒரு நாதம். 'கிண்'ணென்ற மெட்டிச் சத்தத்தைபோல்.

அனு திரும்பினாள். ஆனால் அவளைச் சுற்றி ஆடும் பாலமும் வெளியும் இருளும் மட்டும் தான் இருந்தன.

குனிந்து ஷூலேசை இறுக்க கட்டிக்கொண்டு மேலும் நடந்தாள். பாலத்தின் வாய் பின்னால் சுருங்கி மறைய அவளுக்கு இரண்டு பக்கமும் நதியும் வெளியும் கருமையாக பூத்துவந்தது.

பகலெல்லாம் கடந்த மனிதர்களின் காலடி நினைவுகளை தொட்டுத்தொட்டு மீட்டி எடுத்து நினைவில் அசைபோடுவதுபோல் பாலம் மெல்ல ஊசலாடிக்கொண்டிருந்தது. நதியில் இறங்காத, நீரை ஸ்பரிசிக்காத மிதவை. யாரும் ஊடுருவாத தன்னன்தனிக் கனவு. கம்பிகளை பிடித்துக்கொண்டு ஆடும் பாலத்தின் மீது அனு நிற்க காற்றின் அசைவை முகத்திலும், பாலத்தின் அசைவை உடலிலும் உணர்ந்தாள். தூளிப்போல் அவளை தாங்கிக்கொண்டிருந்து அது.

அந்த நேரத்துக்கு அதிக நடமாட்டம் இல்லை. ஃபிப்ரவரி மாதம், குளிர் காலை. ரிஷிகேஷில் அந்த சீசனில் அதிக பயணிகள் வருவது வாடிக்கையில்லை. ஒளிப்புள்ளிகளாக சில சைக்கிள்கள். பாதசாரிகள்.

ஆட்கள் நடக்க பாலத்தின் ஆட்டம் மாறுபட்டது. ஓரிருவர் நின்று அந்த பதின்பருவத்தவளை நோட்டம்விட்டுச் சென்றார்கள். அனு அவர்களை கவனிக்கவில்லை. இருட்டோடு கரைந்துவிட்டவள் போல் நின்றாள். நதியை பார்த்தாள்.

காற்று மேலிட்டது. காதோரத் தலைமயிர் சில்லென்று பறந்தது.

காற்றை உணர்ந்த அவள் விரல்கள் அனிச்சையாக குட்டிக்குதிரை வாலை அவிழ்த்துவிட்டன. நதியில் அலைகள் எழும்ப தோள்வரை நீண்டிருந்த அவள் கூந்தலும் பறந்தது. காற்றை மீட்டி விளையாடியது.

போனவருடம் வைத்திருந்த 'பிக்ஸி கட்' இப்படி காற்றோடு பறந்திருக்காது.

இப்போது வளர்ந்துவிட்டது. பறக்கிறது.

தன் கூந்தலை தன்னையறியாமல் கோதினாள் அனு. இதே நீளம்தான். ஆம், தங்கம்மா பாட்டியின் கூந்தலுக்கு எப்போதும்

இதே நீளம் தான். என்ன, நிலா வெளிச்சம் முளைவிட்டதுபோல் சில்லென்று வெளுத்திருக்கும், அவ்வளவுதான்.

தங்கம்மா பாட்டிக்கு தோள்வரை சர்க்கரைப்பாகில் கம்பி இழுத்தாற்போல் வெள்ளி முடி. அதன் நுனியில் கருகருவென்று சௌரிமுடி. இரண்டையும் சேர்த்து நுணிவரை பின்னலிட்டு சங்கு முகத்தைப்போல சுற்றி முறுக்கி சிறு கொண்டையாக பின்கழுத்தில் முடிந்துகொண்டிருப்பார்கள். நாற்காலிக்கு பின்னால் தென்படும் தலை என்னேரமும் ஏதாவது கைவேலை நிமித்தமாக குனிந்தேயிருக்கும். சிறிய கொண்டாலத்திப் பறவைப்போல.

ஆனால் அனுவுக்கு ஒன்றென்றால் தங்கம்மா பாட்டி வந்துவிடுவார். ஒரு வருடத்துக்கு முன்னால் அனு தலைமுடியை 'பிக்சி கட்'டாக வெட்டி வந்து நின்ற போது "தலமுடி தான? வளராம எங்க போகப்போருது?" என்று தங்கம்மா பாட்டிதான் யமுனாம்மாவிடம் எடுத்துச்சொன்னார்.

அனு கொஞ்சம் விசும்பினாள். "கான்சர் பேஷண்ட்சுக்கு டொனேட் பண்ணலாம்னு தான பாட்டி வெட்டினேன். பாரு யமுனாம்மா திட்றா..."

"திட்டணும்னு திட்டலடா," யமுனாம்மா பரிவானார். "ஆனா பில்டிங்ல ஏற்கனமே ஹஜார் வம்பு பேச்சு... யாராவது நறுக்குனு ஒரு வார்த்த சொல்லிடக்கூடாது பாரு? ஒரு கொலு பண்டிகைன்னா பூ வெச்சுக்கரத்துக்காகவாவது தலைமுடி கொஞ்சம் வேணு மில்ல?"

யமுனாம்மாவுக்கே தோள்வரை தான் தலைமுடி. அந்த நீளத்தை பார்த்துப்பார்த்து பேணிக்கொள்வாள். கோல்டிலாக்ஸ் கதையில் வருவதுபோல். அகலவும் கூடாது, குறையவும் கூடாது. கஞ்சியும் பருத்தியுமாக டாக்டர் யமுனா ரவி லேடி ஸ்ரீராம் கல்லூரிக்கு பாடம் எடுக்கப்போகும்போது தோளைத்தாண்டாமல் நாசூக்காக தென்பட வேண்டும். ஆனால் வீட்டில் ஆசாரக்காரியமென்று வந்தால் ஒரு கிளிப் போட்டு முடியும் நீளமாவது இருக்க வேண்டும். கூந்தல் நீளம் என்பது எப்போதும் இந்த ஊசலாட்டத்தைச் சமன்படுத்தும் பாங்கான கழைநடை.

இந்த சமநிலைக் கணக்குகளுக்குள் வெட்டென வந்து விழுந்தது அனுவின் 'பிக்சி கட்'.

ஒரு நாள் கண்ணாடி முன்னால் நின்று தன் தலையை திருப்பித் திருப்பி அழகு பார்த்துக்கொண்டிருந்த அனுவை பார்த்து பாட்டி தன் நாற்காலியிலிருந்து பெருமூச்சு விட்டார். "வெளீல யார்யாருக்கோ டொனேட் பன்றதுக்கு உன் பாட்டிக்கே கொடுத்துருக்கலாமேடீ

உன் முடிய,'' என்றார். “எத்தனை நீளம்! எவ்வளவு அடர்த்தி! உன் முடியில ரெண்டு நல்ல சௌரி பண்ணி வாங்கியிருந்தா கடைசி வரைக்கும் அதுவே போதியிருக்குமே.'' அனு ஆச்சரியத்துடன் கண்ணாடிக்குள் அவரை பார்த்தாள். பாட்டிக்குள் இப்படியொரு ஆசையா?

ஆம், ஒருவேளை தங்கமமா பாட்டிக்கு இருந்திருக்கக்கூடிய ஒரே ஆசை, தன்னுடைய பேத்திமுடி சௌரிதான்.

கூந்தல்திரிகளை வருடிக்கொண்டே அனு நதியை பார்த்தாள். புள்ளி புள்ளியாக வெளிச்சம். நீரிலாடும் தீற்றல்கள். பாலம் அவளை தாலாட்டுவதுபோல் ஆதூரமாக ஆடிக்கொண்டிருந்தது.

பாட்டிக்கு சின்ன வயதிலேயே முடி கொஞ்சம் நிறையவே கொட்டிவிட்டது. அப்புறம் வளரவேயில்லை. ஒன்றும் செய்வதற்கில்லை. கூந்தலைப்பேணவெல்லாம் அவருக்கும் அந்த காலத்தில் நேரமில்லை. காலையில் யமுனாவுக்கும் தனக்கும் சமைத்துவைத்துவிட்டு இரண்டு பஸ் மாறி சைதாபேட்டையில் ஸ்கூல்பாடம் முடித்து, சாய்ந்தரம் பாட்டு டியூஷன்களையும் முடித்துக்கொண்டு வீடுவந்து சேர எட்டு எட்டரை ஆகிவிடும். ஜண்டை வரிசையும் தாட்டு வரிசையும் அடிவயிற்றிலிருந்து இழுத்து வந்து உறுப்படி போட்டதில் பசிமீறிப்போய் வயிறு கவகவக்கும். யமுனா குக்கர் வைத்து ரசத்தை பெருக்கி காத்துக்கொண்டிருப்பாள். தின்று படுத்தால் அடுத்தநாள்.

யமுனா சின்ன வயதிலிருந்து தன்னுடைய தலைமுடியை தானேதான் பின்னிக்கொள்வாளாம். பாட்டி “வாடீ” என்று உட்காரவைத்து ஒருநாளும் எண்ணெய் தேய்த்துவிட்டதில்லை. கோதிவிட்டதில்லை. இவ்வளவு ஏன், யமுனாவுக்கு ஒரு பாட்டுக்கூட சொல்லிக்கொடுத்ததில்லை. கல்லூரி முடிக்கும்போதே யமுனா முடியை குறைத்துக்கொண்டாள். கல்யாணமாகி கல்லூரி வேலையும் ஆனதும் வசதியான 'பாப்'.

அதற்கு பிராயச்சித்தம் செய்வதுபோல சிறுவயதிலிருந்து காலை, மாலை இருவேளையும் அனுவுக்கு தலைமுடிக் கொஞ்சல் நடந்தது. இடுப்புவரை தொங்கிய அடர்த்தியான தலைமுடியை எண்ணை தேய்த்து மெறுகேற்றி பளபளக்க வைத்து ஒவ்வொரு பக்கமும் சிடுக்குவாரியால் நூறு இழுவை இழுத்து அழகாக பின்னிவிடாமல் தங்கம்மா பாட்டி அவளை பள்ளிக்கு அனுப்பமாட்டாள். அப்போதுதான் இந்த கதைகளையெல்லாமும் சொல்வார்.

அவளுக்கு ஏழுட்டு வயதாக இருந்தபோது ஒரு நாள் அனு பாட்டியிடம் ஜேன் குடாலின் குரங்குப் புத்தகத்தை எடுத்துக்

காண்பித்தாள். அம்மாக் குரங்கு குட்டிக்கு பேன்பார்த்துக் கொண்டிருந்தது. குட்டி முரண்டுபிடித்து துள்ளி ஓட ஆயுத்தமாக ஒரு காலையும் ஒரு கண்ணையும் அந்தப்பக்கமாக நீட்டிக் கொண்டிருந்தது.

பாட்டி தன்னைக் கண்ணாடியில் பார்த்துக்கொண்டார்கள். வெள்ளிமுடியும் வெளுத்தகைகளும் கூனும் விழிகளுமாக குரங்குத்தனமாகத்தான் இருந்தார். உதட்டுகளை உள்ளிழுத்து கன்னம் குழிவிழ வாயை அகற்றிச் சிரித்தார். அப்படியே குரங்கு லட்சணம்! அனுவுக்கு ஒரே சிரிப்பு.

பதின் வயதும் பிக்சி கட்டும் வந்ததும் இந்தச்சடங்கெல்லாம் இல்லாமல் ஆனது.

அனுவுக்கு இனி தலைபின்ன வேண்டியதில்லை என்று ஆனபோது அந்நேரத்தில் என்ன செய்வதென்று தெரியாமல் பாட்டி தரையில் உட்கார்ந்து கால்களை நீட்டிக்கொண்டு சிடுக்குவாரியை தன் குட்டைக்கூந்தலில் இழுத்துக்கொள்ள ஆரம்பித்தார்கள்.

“பழக்கம்னு ஆயிடுத்தில்ல?” என்றார் ஒருநாள். இன்னொரு இழுவை. “இந்த நேரத்துக்கு முன்னும்பின்னுமா தலைய வாருன்னு உள்ளேந்து குரல் வந்துதுன்னா சீப்பெங்க சீப்பெங்கன்னுத்தான் கை பறபறக்கும்,” என்றார். அனுவைப் பார்த்து புன்னகைத்தார்.

இருளை மீறி பழுத்துத் தொங்கிய நட்சத்திரங்களை பார்த்துக்கொண்டிருந்தாள் அனு. அவையும் மினுமினுக்கையில் முன்னும் பின்னுமாக அசைந்தாடிக்கொண்டிருப்பது போல் தோன்றின. எத்தனை எத்தனை கோடி ஆண்டுகளின் பழக்கம்! ஒருவேளை அவை ஒவ்வொன்றும் இரவில் மட்டும் வெளிவந்து, இரவில் மட்டுமே கட்டப்படும் ஊஞ்சலை அங்கே கட்டி, அவற்றில் ஆடிக்கொண்டிருக்கலாம். இவ்வளவு தூரத்தில் இருக்கும் நமக்குத்தான் அந்த ஊஞ்சல் தெரியவில்லை. நாம் மினுக்கை மட்டுமே பார்க்கிறோம்.

போன ஆகஸ்டு மாதம். ஒரு சனிக்கிழமை. அனு தங்கம்மா பாட்டி பக்கத்தில் உட்கார்ந்து ஒரு சார்ட் பேப்பரை தரையில் பரப்பி வைத்துக்கொண்டு அதன் மேலேயே குப்புற விழுந்து வண்ணங்களை நீரில் தொட்டு வரைந்துகொண்டிருந்தாள். “சரியா உக்காருடீ. பண்டிகை நாளும் அதுவுமா...” யமுனாம்மா அவளை கடிந்தாள். எரிச்சலில் குட்டைமயிரை பரபரவென்று சிலுப்பிக் கொண்டாள் அனு. அடியில் அம்மன் முகம் கிட்டத்தட்ட முழுமையடைந்திருந்தது.

தங்கம்மாபாட்டி நிமிர்ந்து யமுனாவைப் பார்த்தாள். அப்போதுதான் குளித்துவிட்டு வந்திருந்தாள் யமுனா. கூந்தல் ஈரத்திரிகளாக தோளை உரசிக்கொண்டிருந்தன. படத்தை சுட்டிக்காட்டி, "பாரு யமுனா, இந்த வருஷம் நல்ல லட்சணமா வந்திருக்கு முகம்," என்றார். "முகத்துக்கு எங்கியோ உன் ஜாடை இருக்கு."

யமுனாம்மா நின்று உற்றுநோக்கினாள். "அப்படியா சொல்ற? உன் ஜாடைகூட இருக்கறாப்ல இருக்கே," என்று அம்மாவின் முகத்தை பார்த்தாள். மீண்டும் படத்தை பார்த்தபோது தான் அது கண்ணில் இடித்தது. கிரீடத்துக்கு அடியில் அம்மனின் கூந்தல் யமுனாவைப்போல் 'லேயரிங்'குடன் தோளை உரச குட்டைத்திரிகளாக தொங்கியது.

யமுனாம்மா சிரித்துவிட்டாள்!

அன்றிரவு சுவற்றில் முகமும் கீழே கலசமும் வைத்து சுற்றி குருத்தோலை கட்டி மாக்கோலம் வரைந்து அம்மனை அழைக்க எல்லாம் தயார் ஆனது. எதிரே தன் நாற்காலியில் உட்கார்ந்து அம்முகத்தை பார்த்துக்கொண்டிருந்தாள் தங்கம்மா பாட்டி.

"ஒரு வேடிக்கை தெரியுமா டீ?" என்றாள். "அந்த காலத்துல அங்க கேட்டவரம்பாளையத்துல எங்க தாயாதி வழியில சித்தி ஒருத்தி இருந்தா. சின்ன வயசுலியே அவ ஆம்படையான் போய் சேந்துட்டான்னு சொல்லி தலைய மழிச்சு நார்மடி பொடவைய உடுத்திவிட்டுட்டா. அப்போல்லாம் அதான வழக்கம்? அம்முலு சித்தின்னு பேரு. ரொம்ப அழகா இருப்பா. கடைசீ வரைக்கும் அப்படியேத்தான் இருந்துட்டு போனா.

"அங்க பக்கத்துலியே ரெண்டு ஆம் தள்ளி ஒரு பையன். சின்னவன் தான். கொஞ்சம் புத்தி சுவாதீனம் இல்ல. சித்தி இங்க அங்க போறத பாத்திருக்கான். ஒரு நாள் தன்னோட குடுமிய வெட்டிக் கொண்டுவந்து கொளத்தாங்கரைக்கு போன சித்தி முன்னால வந்து இந்தா வெச்சுக்கோன்னு நீட்டிட்டானாம்! எப்படியாப்பட்ட டொனேஷன் பாரு!" பாட்டி சிரித்தார்.

"அப்புறம்?" என்றாள் அனு.

"அப்புறம் என்ன? அந்த சித்திய மெட்றாசுக்கு கூட்டீண்டு வந்துட்டா. அங்கியே யாராத்துலையோ கூடமாட ஒத்தாசிக்கு இருந்துட்டா. எனக்கு கல்யாணம் ஆனப்போ என் ஜடைக்கு தாழம்பூ வெச்சு பின்னினது அந்த சித்தி தான். அதெல்லாம் ரொம்ப நன்னா பண்ணுவா..."

பாட்டி தன்னுடைய உஞ்சலில் பாடப்பட்ட ஒரு தெலுங்கு பாட்டை அவ்வப்போது பாடுவார்.

அதில் ஒரு வரி. "சிவன் வில்லை தூக்கி ஜானகியை கைபிடித்தாயே ராமா, அவள் ஜடைப்பின்னலை தூக்கி தாலிமுடிய மட்டும் சிரமப்படலாமோ?" ஒவ்வொரு முறை பாடி முடித்ததும் தங்கம்மா பாட்டியின் முகம் மலரும். சீதையே முறுவலுடன் தன் தலையை சாய்த்து கூந்தலை ஒதுக்கிவைப்பதை நடித்துக் காட்டுவாள். ஜிங்குஜிங்கென்று சீதையின் பின்னல் பாட்டியின் கையில் அபிநயம் ஆடும்.

யமுனாம்மாவுக்கு ஒரு வயதாயிருந்தபோது, ஒரு நாள், தான் வேலை பார்த்த மில்லில் இயங்கிக்கொண்டிருந்த ஓர் இயந்திரத்தில், தாத்தாவின் கை மாட்டிக்கொண்டுவிட்டது. கூழான கையின் புண் ஆறாமலே இறந்தார். அதன் பின் தான் பாட்டி வேலைக்குப்போக ஆரம்பித்தாள். யமுனா வேலைக்கு வரும் வரை அவர் டியூஷன் ஓட்டம் ஓடியது.

யமுனாவும் வேலைக்குச்சென்று, தன் கல்யாணத்துக்கு சம்பாதித்து, வழியில் படிப்பையும் முடித்து, ஒரு வழியாக இந்த வரன் வந்த போது அவளுக்கும் முப்பதை தாண்டிவிட்டது.

அவர் இருந்தது டில்லியில். ஒரு வயதில் ஒரு பெண் குழந்தை. ஆனால் தங்கம்மா பாட்டி யோசித்த அளவுகூட யமுனா யோசிக்கவில்லை. அம்மாவை கூட வைத்துக்கொள்ள, யமுனா சம்பாதித்து தனியாக சேமிப்பு வைத்துக்கொள்ள வேறெந்த வரனும் ஒப்புக்கொள்ளவில்லை.

யமுனாவின் கல்யாணத்திலும் அந்த பாட்டை தங்கம்மா பாட்டி பாடினாள். அப்பொது ஊஞ்சலில் ஆடிக்கொண்டிருந்த யமுனாவின் கையில் அனு இருந்தாள்.

கடைசி மாதங்களில் பாட்டிக்கு குரல் அடங்கிப்போனது. பாட்டெல்லாம் நின்று போனது. அப்போதுதான் பாட்டி வீணையை எடுத்துக்கொண்டாள்.

அவர்கள் வீட்டில் ஒரு வீணை இருந்ததே அனுவுக்குத் தெரியாது. கூந்தல் வளர்க்க நேரமில்லாத பாட்டிக்கு வீணை வாசிக்கவும் நேரம் இல்லை தான். பழக்கம் விட்டுப்போக விருப்பமும் விட்டுப்போச்சு. அது பரண் மீது பழைய கம்பளியால் மூடப்பட்டு தூசிபடிந்து பாட்டியின் வாழ்நாளெல்லாம் காத்திருந்தது.

இப்போது மட்டும் கையில் ஏதோ சத்து ஏற, வீணையை இறக்கி மடியில் ஏந்தவைத்தது.

எடுத்து ஒரு நாள் முழுவதும் சுதி மீட்டினாள் பாட்டி. படுக்கையில் உட்கார்ந்தவாரே அவர் பிரடைகளில் தந்திகளை சுற்றி இழுத்துக் கட்டுவதை அனு பார்த்துக்கொண்டிருந்தாள்.

பாட்டி தள்ளாடி எழுந்து சென்றபோது அவள் ஓடி வந்து குனிந்து அந்த தந்திகளை பார்த்தாள். அவள் மூச்சுக்காற்று பட்டாலே அதிரும் என்பதுபோல் இருந்தது. குனிந்தபோது அவள் கூந்தல் முன்னால் விழுந்து சாரிணியில் தட்ட குடம் 'கும்'மென்றது. அவள் பதறியடித்துப் பின்னால் விழுந்தாள்.

பழைய தஞ்சாவூர் வீணை. நூற்றியைம்பது வருடப்பழசு என்றாள் பாட்டி. அவளுடைய பாட்டியுடையது. அவர்களும் அதிகம் வாசித்ததில்லை. குரல் எழாமல் இத்தனை நாள் கிடந்து குடத்துக்குள் தேக்கிவைத்திருந்த நாதமெல்லாம் செறிந்து செறிந்து பழுத்து விட்டதுபோல் ஒவ்வொரு அதிர்வும் அறியா ஆழத்திலிருந்து ஒலித்தது.

பாட்டி வீணை வாசித்து பல பத்தாண்டுகள் ஆனாலும் அவள் விரல்கள் இன்னும் மறக்காமல் இருந்தன. ஓரிரண்டு வாரங்களிலேயே கைப்பழகிவிட்டது. அதிலிருந்து வந்த இசையை அவர் பாட்டில் எந்நாளிலும் அனுவோ, யமுனாவோகூட கேட்டதில்லை.

அந்த நாட்களிலெல்லாம் அனு பாட்டியின் விரல்களையே பார்த்தபடி எதிரில் உட்கார்ந்திருப்பாள். கூன்விழுந்தவிரல்கள். இருக்கி இழுத்தத் தந்தியை அழுத்தி முன்னும் பின்னுமாக அசைத்துக்கொண்டிருக்கும். அந்த அசைவுகள் தான் ஸ்வரங்களுக்கு இடையிலிருந்து இசையை மீட்டெடுத்தன. பஞ்சமத்துக்கும் நிஷாதத்துக்கும் இடையே ஆடும் தூளியாக நீலாம்பரி. சின்னஞ்சிறு பெண்குழந்தையின் பாதங்களாக ஓடும் கல்யாணி. அகல் விளக்கின் சுடரசைவு விரித்த கூந்தலில் ஒழுகிவடிவதுபோல் சஹானா. மோகினியின் ஊஞ்சலாக வானையும் மண்ணையும் உரசியாடும் பைரவி.

முன்னும் பின்னுமாக காற்றில் ஆடிக்கொண்டிருந்தது பாலம்.

அனுவின் கண்கள் நதியின்மேல் நிலைத்திருந்தன.

காற்றில் விடியலின நீலமேற பனி படலத்தை மீறி நதி நிறம் கொள்ளத்தொடங்கியது.

அவள் ஜீன்ஸ் பைக்குள்ளிலிருந்து ஃபோன் அதிரந்தது.

கண்கள் விலகின. எடுத்துப்பார்த்தாள். யமுனாம்மா. குறுஞ்செய்தி அனுப்பியிருந்தாள்.

"எழுந்துவிட்டாயா? கடைசி சடங்குக்கு நீயும் இருக்கவேண்டும் என்கிறார்கள். சீக்கிரம் வா."

"வந்துகொண்டிருக்கிறேன்," என்று தட்டிவிட்டாள்.

கடைசி கடைசியாக தங்கம்மா பாட்டி அவளுக்கும் சில அடிப்படைகளை வீணையில் சொல்லித்தர முயற்சித்தாள். குரல் மொத்தமாக நின்றுவிட்டது. ஆனால் கைகளில் மட்டும் அசாத்திய பலம். படுக்கையிலிருந்தே வீணையை சாய்வாக நிமிர்த்தி இழுத்து வாசித்துக்காட்டினாள்.

அனுவுக்கு பொதுவாக சிரத்தை கம்மி. இருந்தாலும், ஏதோ உந்துதலில், பாட்டியின் விரல்களை பார்த்துப்பார்த்து, தந்திகளை இழுத்தே ஒரு சுவரத்தில் மற்ற சுவரங்களை வரவழைக்கும் வித்தையை பழகிவிட்டாள். உண்மையில் அது ஒரு சாயை தான். இல்லாததை இருப்பதுபோல் உணர்த்துவது. அசைவுகளாலேயே நிகழ்த்தப்படும் ஒரு மாயம். செய்துகாட்டியதும் பாட்டி முகத்தில் என்ன பிரகாசம்!

"போரும். இதக் கத்துக்கிட்டா போரும். மீதி எல்லாமே தன் போக்குக்கு வந்துரும்..." என்று கம்மிய குரலில் யமுனாம்மாவிடம் சொன்னார். யமுனா புன்னகைத்தாள்.

சைக்கிள்காரர்களும் பாதசாரிகளும் பால்கார பெண்டுகளும் பாலத்துக்கு முன்னும்பின்னுமாக சென்றுகொண்டிருந்தார்கள். பாலம் துதிக்கையாட்டி அவர்களுடன் உற்சாகமாக விளையாடும் யானைப்போல் ஆடிக்கொண்டிருந்தது.

அனு முழித்தாள். அவள் அங்கு தனியாக நின்றுகொண்டிருந்ததாகத் தோன்றிய பிரமை கலைந்தது.

கூட்டத்தின் இடையே சென்று பாலத்தின் மறுபக்கத்தை அடைந்தாள். பின் ஒரு முறை அதனைத் திரும்பிப்பார்த்தாள்.

அணிவகுத்துச் செல்லும் ராணுவவீரர்களை தொங்கு பாலத்தைக் கடக்க விடமாட்டார்கள். அனு வாசித்திருந்தாள்.

ஏன்?

பாலத்தைக் கடப்பவர்கள் ஒவ்வொருவரும் பாலத்தின் கதியோடு ஒத்திசைத்துச் சென்றால், அந்த விசைகளெல்லாம் ஒன்றுடன் ஒன்று இணைந்து பெருகும்போது, பாலமே பேய்ப்பிடித்தாற்போல் ஊசலாடத் தொடங்கிவிடும் என்பதால்.

கண் திறந்து பாலத்தை மீண்டும் பார்த்தாள் அனு.

கங்கைமேல் ஊஞ்சலாடிக்கொண்டிருந்தது அது.

தங்கம்மாப் பாட்டி எங்கேயோ தந்திகள் அதிர இசைத்துக் கொண்டிருந்தார்கள்.

யமுனாம்மா கைகளை தூக்கி கழுத்துக்குப் பின்னால் கூந்தலை கட்டியபடி புன்னகைத்துக்கொண்டிருந்தாள்.

அனுவின் விரல்கள் அனிச்சையாக துடித்தன.

கூந்தலை கோதியபடி நடந்தாள்.

ஐந்து நிமிடத் தொலைவில் இருந்த 'காட்'டில் யமுனாம்மாவும் அப்பாவும் இரண்டு புரோஹிதர்களும் ஈரத்துணிகளுடன் கரையோரமாக நின்றுகொண்டிருந்தார்கள்.

அனுவைக் கண்டதும் புரோஹிதர் யமுனாவிடமிருந்து ஓர் எண்ணெய்ச் சட்டியை வாங்கி அவளிடம் நீட்டினார். "பன்னிரெண்டாம் நாளோட ஆத்மா கடந்து போயிடும். போறதுக்கு முன்னால கடைசியா ஒரு வாட்டி இதுல மொகத்த காமிச்சுட்டு போகும்றது ஐதீகம். பாத்துக்கோ," என்றார்.

அனு அந்தச் சட்டியை வாங்கி கூந்தல் முன்னால் விழ குனிந்து நோக்கினாள். எண்ணை தளும்பி அலையடித்தது.

பின் அலை அடங்க முகம் தெளிந்தது.

(ஜனவரி 2019)

ஒரு மழைநாள்

நான் சிறுவனாக இருந்தபோது மதுரையில் நிறைய மழைபெய்ததாக நினைவு. ஆம், சித்திரை, ஆடி, ஐப்பசி, மார்கழி என என் நினைவுகளின் மதுரை மழை அலுக்காத ஊராகவே இருக்கிறது. என் நினைவுகளில் கண்மாய்கள் நிரம்பி வழிகின்றன; வைகையில் வெள்ளம்ஊறிப் புரண்டு செல்கிறது. ஊரே புதிதாய் பிறக்கிறது.

அல்லது மழை நாட்களும் வெள்ளப்பெருக்கும் மட்டுமேயான நினைவுகளாக என் நினைவுகள் இருக்கலாம். ஏனென்றால் சிறுவயதில் மழைநாட்கள் மாயம் நிறைந்தவை. மண்ணை உசுப்பிவிட்டு புதையுண்ட வாசங்களையும் பெயரறியா ஆசைகளையும் கிளப்பி விடுபவை. இப்போதும் ஒரு மழை அடித்தால், ஒரு மண்வாசம் கிளம்பினால், அந்தப் பழைய மழைநாட்களும் மீண்டும் கிளர்ந்தெழுந்து வருகின்றன.

மழைநாளன்று வெளியே செல்ல முடியாது. வீட்டினுள் ஒட்டி அம்மாவுடன் ஒண்டி இருக்க வேண்டியிருக்கும். மழைநாட்கள் எல்லாவற்றையும் கழுவிவிட்டுவிடுகிறது. புத்துயிர்களாக்குகிறது. மழைத்துல்லியத்தில் எல்லாவற்றையும் சரியான வடிவத்தில் பார்த்துக்கொள்ள முடிகிறது. சொல்லப்போனால் இன்று நான் உலகம் முழுவதும் தனியனாக மழைநாட்களுக்காகத்தான் அலைந்து கொண்டிருக்கிறேன்.

இது நடந்தபோது எனக்கு பதினோரு வயதிருக்கும். அப்போதே நானும் அம்மாவும் மட்டும்தான். அன்று நாளெல்லாம் மழை விடாது பெய்ந்தது. விளாச்சேரி கண்மாய் நிரம்பியிருந்த காட்சியை மாலையில் நானும் அம்மாவும் பின்வாசல்கட்டில் நின்றபடி பார்த்தோம். வயல்பரப்பைத் தாண்டி திருப்பரங்குன்றம் மலைக்கோட்டு முழுதாக மறைத்தபடி சாரைசாரையாக மழை.

அன்று ஐந்துமணி முதல் மின்சாரம் இல்லை. இனி எப்போது வரும் என்று சொல்ல முடியாது. அந்தி எப்போது சாய்ந்ததென்றே

தெரியவில்லை. பெரியம்மா வாசல் கதவையும் பூட்டிவிட்டார்கள். கார்த்திகை மாதத்து அகல் மட்டும் வாசல் அறையில் எரிந்து கொண்டிருந்தது, அருகே பெரியப்பா சாய்வுநாற்காலியில் வழுக்கைத் தலையை வருடியபடி மறுகையால் விசிறிக்கொண்டிருந்தார். நாங்கள் சாப்பிட்டுவிட்டு டார்ச் விளக்கை சொடுக்கி சொடுக்கி விளையாடிக்கொண்டிருந்தோம். காயத்ரி அக்கா கைவிரல்களை மடித்து விரித்து அந்த ஒளியில் வெவ்வேறு மிருகங்களை வரவழைத்தபடி இருந்தாள். கிளி, மான், வரையாடு, சிம்மம்...

வாசல் அறையிலிருந்து ஓர் உறுமல். பெரியம்மா உள்ளறையிலிருந்து புடைவை மடிப்புகள் விசுவிசுக்க படபடத்தபடி வரும் சப்தம். தட்டை பெரியப்பாவிடம் கொடுத்துவிட்டு பெரியம்மா நிமிர்ந்த போது வாசல்கதவின் ஜாலியில் விழுந்த பெரிய நிழல்களைக்கண்டு நான் திரும்பினேன்.

இப்போது கண்ணை மூடினாலும் அந்தக் காட்சியை என்னால் பார்க்க முடிகிறது. இங்கிருந்து ஒளி அடித்துப் பார்ப்பதுபோல ஒரு பிரமை. அங்கே, ஒரு சுவர் ஓவியம்போல, நித்தத்துக்கென பதிந்துவிட்டது அந்த நிழல். அதன் முன்னால் ஒரு நிக்கர் போட்ட சிறுவனாக நான்.

சித்தி வந்து நின்றார். பெரியப்பா தட்டைப்பார்த்து நிமிர்ந்து பெரியம்மாவை பார்த்தார். மெல்லிய குரலில், "பொடிதான். சாம்பார் கெட்டுப்போச்சு. சட்னி அரைக்கல. அதுக்குள்ள கரண்ட் போயிடுத்து," என்றார்கள் பெரியம்மா. சொல்லிவிட்டு இரண்டடி பின்னால் எடுத்து வைத்தார்கள். நாங்கள் எல்லோரும் ஆவலாக பார்த்துக்கொண்டிருந்தோம். ஆனால் பெரியப்பா எதுவும் சொல்லாமல் தோசையை சாப்பிடத் தொடங்கினார். சாப்பிட்டுக்கொண்டே "சீனு ராத்திரி வர்றானா, எப்படி?" என்றார். பெரியம்மா சித்தியை பார்த்தார்கள். "இல்லண்ணா. இனிமேதான் வரணும்." என்றார் சித்தி. பெரியப்பா "ம்," என்றார்.

எல்லாம் அவ்வளவு துல்லியமாக நினைவிருக்கிறது. அன்று யார் எங்கு நின்றார்கள், என்ன சாப்பிட்டார்கள், என்ன சொன்னார்கள், எல்லாமுமே. அது அவ்வளவு கடினமும் அல்ல. அன்றைய உலகில் ஒவ்வொருவருக்கும் ஒரு செயல்வட்டம். அதை யாரும் மீறிச்செல்ல முடியாது. இடமும் உணவும் பேச்சுவார்த்தையும் அளவெடுத்தே கொடுக்கப்படும். நாடகப்பாத்திரம் போல. ஆகவே யார், எப்போது, என்ன செய்திருக்க முடியும் என்று ஊகிப்பது மிகவும் சுலபம். அவர்களுக்கு வேறு வழியே இல்லையென்று மட்டும் மனதில் நிறுத்திக்கொண்டால் போதும்.

இன்று யோசித்துப் பார்த்தால், எப்போதுமே, எல்லாமே, அப்படித்தான் என்று சொல்லத்தோன்றுகிறது. இந்த முகம், இந்த டயாபிட்டிஸ், இந்த பழுத்தமூக்கு, வழுக்கைத்தலை, இந்த முன்கோபம்... எல்லாமே. ஒரு வட்டம். அதைத்தாண்டி அவ்வளவு எளிதாக யாரும் சென்றுவிட முடியாது.

பெரியப்பா சாப்பிடுவதை நாங்கள் பார்த்துக்கொண்டிருப்பதை கண்டு அவர் எச்சில் கையாலேயே இங்க வாங்கடா என்று எங்களை அழைத்தார். "டார்ச்ச அணச்சு அணச்சு என்ன விளையாட்டு? பாட்டரி போயிடுமில்ல?" என்று மரப்பட்டை குரலில் எங்களை பார்க்காமல் சொன்னார். நாங்கள் ஒன்றும் சொல்லாமல் வரிசையாக நின்றோம்.

பெரியப்பாவின் மகள் பன்னிரெண்டு வயதான காயத்ரி அக்கா எங்களில் மூத்தவள். பெரியப்பாவின் மகன் சந்துருவுக்கும் எனக்கும் ஒரே வயது, பதினொன்று. கடைசியாக சீனு சித்தப்பாவின் மகன் குட்டி ஆதித்யா. ஏழு வயசு. "அக்கா செவுத்துல சிங்கம் புலியெல்லாம் பண்ணிக்காட்டுனா," என்று ஆதித்து சொல்ல அக்கா என் பின்னால் கையை நுழைத்து அவனை உதைத்தாள்.

"சரி, எல்லாரும் வரிசையா உக்காருங்கோ," பெரியப்பா அன்று நல்ல 'மூட்'டில் இருப்பதுபோல் தெரிந்தது. நாங்கள் நிலைப்படிமீது அமர்ந்து கைகளைக் கட்டிக்கொண்டோம். பெரியம்மா வந்து கூஜாவிலிருந்து தண்ணியூற்ற பெரியப்பா தட்டிலேயே கை அலம்பினார். பெரியம்மா தட்டை எடுத்தவுடன் துண்டின் முனையைக்கொண்டு வாய்துடைத்து வேட்டியை நீவிவிட்டபடி பின்னால் சாய்ந்தார். வழுக்கைத்தலை விளக்கின் ஒளியை வாங்கி மின்னியது.

நான் முழித்தேன். என் பக்கத்தில் சந்துரு நெளிந்தான். பெரியப்பா மதுரை கல்லூரியில் ஆங்கில பேராசிரியர். பொதுவாக எங்களை இப்படி அழைத்தார் என்றால் "ஹோம்வர்க் ஏதும் இல்லையா?" என்ற வழக்கமான கேள்வியை கேட்பார். இல்லை என்றால், உன் பள்ளியில் என்னதான் சொல்லிக்கொடுக்கிறார்கள் என்று அடுத்த வசனத்தை பேசிவிட்டு பதிலுக்கு காத்திருக்காமல் சென்றுவிடுவார். அவ்வப்போது ஏதாவது தெரியாத வார்த்தையை சொல்லி அகராதியில் அர்த்தம் பார்த்துவிட்டு வரும்படி சொல்வார். இர்ராஸ்சிபில். இண்டிக்னண்ட். இப்படி ஏதாவது. எப்போதாவது - எங்களுக்கு ஜுரம் வந்தால் - நாங்கள் படுக்கையில் படுத்து வெடவெடக்கையில், தன்உள்ளங்கையை எங்கள் நெற்றி மீது வைத்துவிட்டுச் செல்வார். சொரசொரப்பாக இருக்கும். மூச்சை

அழுத்துவதுபோல் முகத்தில் கனக்கும். அப்போது மட்டும் ஏன் வந்து தொடுகிறார் என்று கோபமாக வரும்.

பெரியப்பாவும் நாங்களும் அதிகம் சந்தித்துக்கொள்ளமாட்டோம். அதிகாலையில் அவர் முகக்ஷவரம் செய்யும்போது, குளிக்கும்போது, பூஜைக்கு உட்காரும்போது, நாங்கள் வெளியேவே வரமாட்டோம். மொட்டைமாடியிலேயே பந்தலுக்கடியில் படித்துக்கொண்டோ, விளையாடிக்கொண்டோ இருப்போம். அம்மாவும் அந்த நேரத்தில் முன்னால் சென்று அபசகுனமாக நிற்கமாட்டாள். ஒவ்வொரு நாள் சீனு சித்தப்பா பின்னிரவில் வீட்டுக்கு வந்தால் மாடியில் ஓர் ஓரமாக படுப்பார். உச்சி வெயிலுக்கு முன்னால் அவர் எழுந்துகொள்வதில்லை. அந்த நாட்களில் சித்தியும் மேலே வந்துவிடுவார்கள். பூஜை முடிந்தவுடன் ஆளுக்கு ஒரு கல்கண்டு கிடைக்கும். அதையும் பெரியம்மாதான் விநியோகம் செய்வார்கள். பெரியப்பா அதற்குள் பஸ் ஏறி கல்லூரிக்கு கிளம்பியிருப்பார்.

மற்ற நேரங்களில் பெரியப்பா அந்த சாய்வு நாற்காலியில் அமர்ந்துகொண்டு தன்னுடைய டைரியில் எழுதிக்கொண்டிருப்பார். பெரும்பாலும் கணக்குதான். தன்னிடம் இரண்டு உயர்தர பார்க்கர் பேனாக்கள் இருந்தது. யாரோ முன்னாள் மாணவன் பரிசாகக் கொடுத்தது. அதற்கென பிரத்யேகமாக ஆசாரியைக்கொண்டு ஒரு குட்டிப்பெட்டியை வடிவமைத்து சாய்வு நாற்காலியின் மரக்கைப்பிடியில் பொருத்திவைத்திருந்தார். ஒவ்வொரு நாளும் அதில் மையூற்றி வைக்கும் வேலை என் அம்மாவுடையது. வேறு யாரும் அதைத்தொடக்கூடாது. அம்மா மையூற்றுவதை ஓரக்கண்ணால் பெரியப்பா பார்ப்பதை நான் கவனித்திருக்கிறேன், ஒரு சொட்டு சிந்தாமல் ஊற்றுவாள். பெரியப்பா என்ன நடந்தாலும் அம்மாவை ஒரு வார்த்தை சொன்னதில்லை. அவருக்கு எப்போதுமே அம்மாவை ரொம்ப பிடிக்கும்.

எல்லாமே விளையாட்டாகத்தான் ஆரம்பித்தது. பெரியப்பா கொட்டாவி விட்டபடி, "நான் ஒரு தலைப்பு கொடுக்கறேன். அத பத்தி ஒரு பத்து நிமிஷம் எல்லாரும் யோசிக்கணும். அப்பறம் அத பத்தி ஆளுக்கொரு கதை சொல்லணும். சரியா?" என்று சொன்னார். நாங்கள் ஒருவரை ஒருவர் பார்த்துக்கொண்டோம். "ஆமா, அப்படியாவது சத்தம் போட்டு அழிச்சாட்டியம் பண்ணாம இருக்கும் எல்லாம்," என்று சொல்லியபடி பெரியம்மா வெளியே வந்து தோசை சாப்பிட ஆரம்பித்தார்கள். அம்மா அவர்களுக்கும் சித்திக்கும் தோசை வார்த்துப் போட்டபடி, உள்ளே வெளியே என்று தலைக்காட்டிக்கொண்டிருந்தார்கள். சித்தி, பெரியப்பா என்ன

தலைப்பு சொல்லப்போகிறார் என்று கேட்க ஆர்வமாக வந்து எங்கள் அருகே உட்கார்ந்தார்.

பெரியப்பா கொஞ்சம் யோசித்துவிட்டு ஒரு ஆங்கில பழமொழியை சொன்னார். "ஏ பிரெண்ட் இன் நீட் ஐஸ் ஏ பிரெண்ட் இண்டீட்". ஆபத்தில் உதவுபவனே நண்பன். இந்த பழமொழியை ஒட்டி ஒரு நீதிக்கதையை எதிர்பார்த்தார். வார்த்தைகளை இழுத்து இழுத்து பழைய பாணியில் கவனமாக உச்சரித்து சொன்னார். பெரியப்பாவின் ஆங்கில உச்சரிப்பில் அவருடைய பழைய ஆக்ஸ்பார்ட் அகராதியின் மேல் படிந்த தூசுதும்பலின் சாயல் இருக்கும்.

இந்த நிகழ்வை என் மனைவியிடம் சொன்னபோது - இப்போது அவள் இல்லை, பிரிந்துவிட்டாள் - ஆனால் அன்று சிரித்தாள். "உங்க பெரியப்பாவுக்கு அறிவே இல்லியா? பத்து வயசு குழந்தைகளுக்கு எதுக்கு இப்படி குசுவடச்ச பலூன் மாதிரி ஒரு பழமொழி? அதுக்கு மேல ஒரு கத வேற," என்றாள். வாஸ்தவம்தான். ஆனால் பரிசு கொடுப்பதாகச் சொன்னாரே. அதுதான் எல்லாவற்றையும் மாற்றிவிட்டது.

ஆம். "நல்ல கதையா யோசிச்சு சொல்லணும். பெஸ்ட்டு கதைக்கு ஒரு பரிசு வெச்சிருக்கேன்," என்றபடி கைப்பிடி மரப்பெட்டியைத் திறந்து இரண்டு பார்க்கர் பேனாக்களில் ஒன்றை உருவினார். சிவப்பு நிறப்பேனா. அகல் ஒளியில் மாணிக்கத்தைப் போல் ஜொலித்தது. நான் ஒலியெழவே மூச்சை உள்ளிழுத்தேன். "நெஜமாவே இந்தப்பேனாதான் பரிசா, பெரியப்பா?" என்று கேட்டேன். பெரியப்பா என்னைப்பார்த்து உதட்டை ஒருபக்கமாக தாடைநோக்கி கோணலாக இழுத்தார். அவர் சிரிப்பதே அவ்வளவுதான்."ம்ம்."

நான் உடனே எழுந்து மாடிப்படியில் சென்று உட்கார்ந்து யோசிக்க ஆரம்பித்தேன். சித்திக்கு ஒரே சிரிப்பு. "இந்தப்பயலுக்கு பேனா பிரைசுன்னதும் என்ன ஆச பாரு. மன்னி, நாளையிலேர்ந்து இவனுக்கும் நீங்கதான் மையூத்தி வெக்கணும் பாத்துக்கோங்கோ." அம்மா தோசை திருப்பியும் கையுமாக வெளியே வந்து பரிமாறியப்படி என்னை பார்த்து புன்னகைத்தாள். இப்போது நினைத்தாலும் அந்த புன்னகையின் முழுமை எனக்குள் நிகழ்கிறது. மழையோசை. மாசறுக்கும் நீர்வழிகள். அம்மாவின் புன்னகை. அனைத்தையும் கரைத்து அழிக்கும் அந்தப்புன்னகை.

பத்து நிமிடத்தில் எனக்குத்தெரியும், என் கதைக்குதான் பரிசு கிடைக்கும் என்று.

மற்ற மூவரும் கூடத்தின் நடுவே எழுந்து நின்று கதை சொல்லி முடிக்கும்வரை நான் இருப்புக்கொள்ளாமல் நகத்தைக் கடித்தபடி காத்திருந்தேன். முதலில் காயத்ரி வந்து கதை சொன்னாள். தெரிந்த கதைதான். சுதாமா ஒரு கைப்பிடி அவல் மட்டுமே எடுத்துக்கொண்டு கிருஷ்ணனை பார்க்கச் செல்கிறான். அவனுடைய பரிதாப நிலையை புரிந்துகொண்ட கிருஷ்ணன் அவன் வீடு திரும்புவதற்குள் அவன் வீட்டையே பொன்னால் இழைத்துவிடுகிறான். ஆகவே துன்பத்தில் உதவிய நண்பனே நண்பன். நடுக்கூடத்தில் நின்று சொல்லி முடித்துவிட்டு காயத்ரி நாற்பக்கமும் திரும்பி கைத்தட்டல் எதிர்பார்த்து நின்றாள். எல்லோரும் தட்டினார்கள். பெரியப்பா, “கதை நன்னாத்தான் இருக்கு. ஆனா நீ கேட்ட கதையை சொல்லச்சொல்லல. சொயம்மா யோசிச்ச கதைய சொல்லச் சொன்னேன்,” என்றார். எல்லோரும் சிரித்தார்கள். அப்பாடி, எனக்குத்தான் பேனா என்று கட்டிவைத்திருந்த மூச்சை வெளியே விட்டேன்.

ஆதித்யா கதைசொல்ல வந்தான். தலையை ஆட்டி ஆட்டி பள்ளிக்கூடத்தில் தன்னுடைய நண்பனை பற்றி சொல்லி, “அவன் தினோம் எனக்கும் சேர்த்து திம்பண்டம் கொண்டு வருவானா, அதுனால எனக்கு அவனை ரொம்ப பிடிக்குமா,” என்று முடித்தான். சித்தி சிரித்தாள். அவனை கட்டி அணைத்து முத்தமிட்டாள்.

சந்துருவின் கதை என்னை கொஞ்சம் பதற வைத்தது. ஒரே வகுப்பில் இரு நண்பர்கள். அவர்களுக்கு ஒரு முரட்டு கணக்கு வாத்தியார். வகுப்பில் பேசினால், தவறாக கணக்கு போட்டால், வீட்டுப்பாடம் செய்யாமல் வந்தால், முழங்காலில் அடி பின்னி வாங்கிவிடுவார். ஒருநாள் நண்பர்களில் ஒருவன் வீட்டுப்பாடம் செய்த நோட்டுப்புத்தகத்தை வீட்டிலேயே மறந்து வைத்துவிட்டு வந்திருப்பான். முந்தின நாள் கால்பந்து விளையாடியபோது மைதானத்தில் விழுந்ததில் கால், மூட்டு எல்லாம் புண்ணாகியிருக்கும். அதற்கு மேல் அடிவாங்க வேண்டுமே என்று பயம். மற்றொருவன் அதைப் புரிந்துகொண்டு தன்னுடைய நோட்டில் அவன் பெயரை எழுதிக் கொடுத்துவிட்டு, தான் அன்று அடி வாங்கிக்கொள்வான். சந்துரு சொல்லி முடித்ததும் அம்மா, பெரியம்மா எல்லோரும் கைதட்டினார்கள். பெரியப்பா கூட ‘ம்ம்’ சொன்னார்.

என் முறை வந்தது. நான் தொண்டையை கனைத்து என் கதையை சொல்லத்தொடங்கினேன்.

இரண்டு நண்பர்கள். இணைபிரியாதவர்கள். ஒருவன் பலசாலி. விளையாட்டுகளில் கில்லாடி. ஆனால் மூளையற்றவன்.

மற்றோருவன் புத்திசாலி. ஆனால் நோஞ்சான். ஒருநாள் புத்திசாலி மாடியறையில் தனியே இருக்கும்போது அறை தீப்பற்றிக்கொள்கிறது. கீழே இறங்கிவர வழி இல்லை. இவனுக்கு ஜன்னலிலிருந்து குதிக்கும் தைரியமோ, உடல்பலமோ இல்லை. ஒரு தோளில் தீ பற்றிக்கொண்டுவிடுகிறது. அப்போது அவனுடைய பலசாலி நண்பன் பாய்ந்து மேலேறி வந்து அவனை மீட்டுக் கீழே இறக்கிக் கொண்டுவருகிறான். தன்னுடைய காயங்களை ஒரு பொருட்டென கொள்ளாமல் தோளிலேயே அவனை சுமந்துகொண்டு ஆஸ்பத்திரிக்கு ஓடுகிறான்.

நான் ஆவேசமாக சொல்லி நிறுத்திய இடத்தில் சுற்றி பார்த்தபோது எல்லோரும் வாய்பிளந்து என்னையே பார்த்துக்கொண்டிருப்பதை கண்டேன். பெரியப்பா, "ஆமாம்.. இவனவிட ஒரு நல்ல நண்பன் கிடைக்கமாட்டான். தன் உயிரையே பணயம் வச்சுல்ல காப்பாத்தி இருக்கிறான்," என்றார். வயிற்றை தடவியபடி புன்னகைத்தார்.

"இல்ல பெரியப்பா. கதை இன்னும் இருக்கு. என்ன ஆகும்னா, இதெல்லாம் நடந்து முடிஞ்சத்துக்கப்பறம், இரண்டுபேரும் ஒருத்தர ஒருத்தர் பார்த்து பேசிக்கவே மாட்டா."

பெரியப்பா புருவங்களை சுருக்கினார். "ஏன்?"

"இல்ல பெரியப்பா, அந்த புத்திசாலி பையன் இருக்கான்ல? என்னத்தான் ஃபிரெண்டா இருந்தாலும் என் உயிர காப்பாத்தினவன்னு ஒரு இது இருக்குமில்ல அவனுக்குள்ள? கண்ணாடியில தன்னோட மூஞ்சிய பாக்குறப்பல்லாம் அது ஞாபகம் வந்துகிட்டே இருக்குமில்ல? ஆம்பிளையா எப்படி அவனுக்கு சமானமா நிப்பான்? காப்பாத்தினவனுக்கு உள்ளையும் அது இருக்குமில்ல. எப்படியானாலும் உன் உசுர நான்தான் காப்பாத்தினேன்னு. அதான் அப்படி சொல்றேன். அதுக்கப்புறம் அவாளால முன்னமாதிரி ஃபிரெண்ட்ஸா இருக்க முடியாது. நடுவுல அந்த ஹெல்ப் பண்ணது வந்துகிட்டே இருக்கும்," என்றேன்.

வெளியே மழை ஒழுகிக்கொண்டிருந்தது. பெரியப்பா என் கண்களை நேருக்கு நேர் பார்த்தார். அகல் திரியின் கடைசிச்சுருள் தீப்பிடிக்க சுடர் கரகரத்து எழுந்ததில் பெரியப்பாவின் கண்களில் உறைந்திருந்த குரோதத்தின் ஜுவாலை தெரிந்தது. தீயின் ஒளி முகத்தில் நீர் போல் வழிந்திறங்கியது. "பெரியப்பா" என்று ஒரு அடி பின்னால் எடுத்து வைப்பதற்குள் அவர் எழுந்து நின்றார். ஆறடி உருவத்தின் அகல்நிழல் பின்சுவற்றில் ஏறி ஏறிச்சென்று கூரையை தொட்டது. அந்த நிழல்கை ஓங்கியதைத்தான் முதலில்

பார்த்தேன். காயத்ரி அலறினாள். ஒரு சிவப்பொளி சிதறி அணைந்து தெறித்தது. பெரியப்பா கையில் இருந்த பார்க்கர் பேனா சிதல் சிதலாக கீழே நொறுங்கிக்கிடக்க மை வழிந்துகொண்டிருந்தது. நான் நிமிர்ந்து பெரியப்பாவின் முகத்தை பார்த்தேன்.

முகத்தின் மேலேயே அறை விழுந்தது.நான் தரையோடு சுருண்டேன். “வலிக்கறது! பெரியப்பா, வலிக்கறது! போதும்!” என்று கெஞ்சினேன். எப்போதோ “ம்ம்..ம்ம்” என்று நாய்க்குட்டியைப் போல் முனக ஆரம்பித்தேன்.

பெரியப்பா பேசவே இல்லை. சக்தியெல்லாம் சேமித்து அடிக்கவேண்டும் என்று கங்கணம் கட்டியவர்போல் ஓசையில்லாமல் அடித்துக்கொண்டிருந்தார். பெரியப்பாவிடம் முன்பும் அடி வாங்கியிருக்கிறேன். நாங்கள் எல்லோரும் வாங்கியிருக்கிறோம். ஆனால் கன்னத்தில் ஒரு அறை. அல்லது விசிறிக்கட்டையால் ஒரு அடி. இப்படி அல்ல. பெரியம்மாவும் சித்தியும் ஒரு மூலையில் ஒடுங்கியிருந்தார்கள். அனுபவத்தில் நடுவே வரக்கூடாது என்று தெரிந்திருந்தது. ஆதித்து அழுதுகொண்டிருந்தான். மற்ற இருவரும் நடுவறைக்கு ஓடி ஒளிந்து கொண்டார்கள். அம்மா மட்டும் தூணோடு ஒட்டி உட்கார்ந்துவிட்டாள். என்ன நடக்கிறது என்றே புரியாதவள் போல்.

பெரியப்பா அப்போது அம்மாவை திரும்பிப் பார்த்து, “பண்ண உதவியெல்லாம் நடுவுல வந்துக்கிட்டே இருக்குமாம். ஆம்பிளையா சமமா நிக்கணுமாம். உசுரக் கொடுத்து ஒருத்தன் உன்ன வெச்சு காப்பாத்துவானாம், உனக்கு அது கசக்குதோ? ஜாடையா கத சொல்லி குத்திக்காமிக்கரியோ?” என்றார். அந்த வார்த்தைகளில் அம்மாவின் முகம் சிறுத்துப்போனது. ஆனால் அவள் அழவில்லை. அப்படியே கண் பிதுங்கி அமர்ந்திருந்தார்கள். அந்தக்கோபத்திலும் அவர் அம்மா பக்கம் கை ஓங்கவில்லை என்று நன்றாக நினைவிருக்கிறது. அவர் அடித்துக்கொண்டிருந்தது என்னைத்தான்.

நான் அழுதுகொண்டே பின்வாசலுக்கு ஓடுவதைக்கண்டு அம்மா எழுந்துவருவார்கள் என்று நினைத்தேன், ஆனால் யாருமே வரவில்லை. வீட்டுக்குள் பெரியப்பா இன்னும் சத்தம்போட்டுக் கொண்டிருந்தார். ஏதோ பொருள் சுவரை அடித்து நொருங்கும் சப்தம் கேட்டது. வெகுநேரத்துக்கு நான் தனியாக இருட்டுக் குளியறையில் முட்டிக்கிடையில் முகம்புதைத்து தேம்பித்தேம்பி அழுதுகொண்டிருந்தேன். என்னால் நிறுத்தவே முடியவில்லை. ஏன் அந்தக்கதையை சொன்னேன், ஏன்? அந்தக்கதையை சொன்னேன், என்று என்னை நானே கேட்டுக்கொண்டே இருந்தேன்.

பின்னிரவில், எப்போதோ மழைவிட்டபிறகு இனிமேல் அழக் கண்ணீர் இல்லை என்று ஆனபோது நான் வெளியே வந்தேன். அப்போது வீடு நிசப்தமாக இருந்தது. நான் நிலைப்படியைத்தாண்டி துணிக்காயும் கொடிகளைத்தாண்டி வயல்பரப்புகளின் எல்லையில் சென்று நின்றேன். கன்னத்தில் அழுத தடத்தின் உப்புக்கரை கரகரவென்றது. வாயில் உப்பு தட்டியது. காற்றில் தூரல், மண்ணில் மழைவாசம். நிலம் தலைகீழாக திறந்துபோட்டதுபோல் வீச்சடித்தது. நீர்வழிந்து காற்றும் வானமும் புத்தம்புதியதாக இருந்தன. மழைநாள் முடிவில் தூரத்தில் திருப்பரங்குன்றத்தின் இரட்டை மலைகளின் விளிம்பு இப்போது துல்லியமாகத் தெரிந்தது.

(சொல்வனம், அக்டோபர் 2019)

ஒளி

அழகுக்கடைக்கு முன்னால் ஒரு ஆண்பிள்ளை இவ்வளவு நேரமா நிற்பது? ஃபிலோமினா பொறுமையிழந்தாள். கூட்டத்திலிருந்து நகர்ந்து பத்ரகாளிக்கு அடியில் போய் கைகட்டிக்கொண்டு நின்றாள். அவள் தலைக்குமேல் தூணின் பொந்தில் ஏற்றி வைக்கப்பட்டிருந்த அகல்விளக்கின் தீ காற்றில் படபடத்தது. எதிரே ஊர்த்வதாண்டவர் ஒரு காலை தூக்கி மறந்துவிட்டவர்போல் கனவில் ஆழ்ந்திருந்தார்.

ஆரன் உடைந்த தமிழில் உற்சாகமாக பேரம்பேசிக்கொண்டிருந்தான். ஃபிலோமினா அங்கு இல்லை என்று உணர்ந்ததும் சுற்றும் முற்றும் பார்த்து அவளை கண்களால் அடைந்து, "உனக்கு எதுவுமே வேண்டாமா? நிச்சயமா?" என்று கேட்பதுபோல் ஒரு புருவத்தை உயர்த்தினான். ஒன்றும் தேவையில்லை, சீக்கிரம் வா என்று அவள் நெற்றி சுருக்கி தலையசைத்தாள். இன்னும் விறைப்பாகக் கைகளைக் கட்டிக்கொண்டு தலையை திருப்பிக்கொண்டாள்.

பாய்ந்துகொண்டிருந்த குதிரைவீரர்களைத்தாண்டி மண்டபத்தின் உள்ளே வரிக்கோடுகளாக வெளிச்சம் கற்தரையில் விழுந்தது. வேறு வெளிச்சம் இல்லை. கல்லும் நிழலும்தான். பித்தளைப் பாத்திரங்களும் ஜவுளிகளும் செறிந்த கடைகளைச் சுற்றி எல்லோருமே பெண்கள். எல்லோரும் ஆரனை கொஞ்சம் வேடிக்கையாய் பார்ப்பதுபோலத்தான் இருந்தது. கடைக்காரரே, அவன் 'அண்ணா இது என்ன' என்று ஒரு புசுபுசு குஞ்சலத்தை பந்துகள் ஆட கையில் எடுத்துகேட்டபோது சிரிக்கத்தொடங்கிவிட்டார்.

தன்னைநோக்கித்தான் சிரிக்கிறார் என்று தெரிந்தாலும் சட்டைசெய்யாமல் அவனும் அவருடன் சேர்ந்து முகத்தை சாய்த்து நாணத்துடன் சிரித்தான். சற்றே நகர்ந்தபோது கடைக்கூரையிலிருந்து தொங்கிய ஒற்றை பல்பின் ஒளி நேரடியாக அவன் முகத்தில் விழுந்தது. ஃபிலோமினா நின்ற இடத்திலிருந்து மீண்டும் அவனை பார்த்தாள். ஒரு வாரத்துக்கு முன் புதிதாக பார்த்தவள் போல்.

பொன்னும் தவிட்டுமாக சுருள்சுருளாக தலைமுடி. திறந்த முகம். இளஞ்சிவப்பு நிறம். கூர்மையான மூக்கு. பேசும்போது மேலும் கீழும் வேடிக்கையாக ஏறி இறங்கிய மரவட்டை புருவங்கள். ஆனால் அவளுக்கு அவன் கண்களை நோக்கித்தான் அப்போதும் பார்வை போனது. கன்றுகுட்டிக் கண்கள். தேன் நிறமானவை.

ஃபிலோமினா சட்டென்று கடைமுகப்புக்குச்சென்று "போதும், வா," என்ற உத்தரவுடன் அவன் கையைப் பிடித்து இழுத்தாள். சுற்றியிருந்த பெண்களை கண்டுகொள்ளாதவளாக பொந்துபோல் நீண்ட கற்தெருவின் இருளுக்குள் அவனை இட்டுச்சென்றாள். "ஃபான்சி ஸ்டோரில் ஆம்பிளைக்கு என்ன வேலை?" என்று அதட்டினாள். "ஃபான்சி ஸ்டோரா? அப்படின்னா?" என்றான் ஆரன். அய்யோ இதுகூட தெரியாதா, என்னத்த இங்க்லீஷ் பேசி வளர்ந்தியோ, என்று சலிப்புத்தட்டும் குரலில், "அழகுசாதனப்பொருட்கள விற்குற கடைகள எங்க ஊர்ல அப்படித்தான் சொல்வாங்க," என்றாள்.

ஆரனுக்கு அந்த வார்த்தையைக் கேட்டதும் ஒரே பரவசம். "நிஜமாவா! நிஜமாவா!" என்று கேட்டுக்கொண்டே வந்தான். அவனை அது என்னவோ செய்தது. சொக்கிப்போனவன்போல அந்த வார்த்தையை சொல்லிக்கொண்டே வந்தான். "ஃபான்ஸி ஸ்டோர்! நிஜமாவே அப்படியொரு பேரா?" கருங்கல் இருளிலிருந்து துலங்கி வந்த வெள்ளி அம்மன் முகங்களைப் பார்த்து, "இதுவும் ஃபான்ஸி ஸ்டோரா?" என்றான். ஜடை அலங்காரங்களும் ரவிக்கை பார்டர்துணிகளும் விளக்கொளியில் மின்னி மறைந்தன. "எத்தனை நிறங்கள்! எவ்வளவு அழகு!"

"எல்லாம் ஜிகினாப்பா," என்றாள் ஃபிலோமினா. பொறுமையிழக்கவா சிரித்துவிடவா என்று தெரியவில்லை அவளுக்கு. "இங்க இந்துக்கள் வீட்ல அவுங்க சாமிய அலங்காரம் செய்றதுக்காக வாங்கிக்குவாங்க." "மேடம் எதுவும் பாக்குறீங்களா?" என்று இருளுக்குள்ளிருந்து ஒரு குரல். "அண்ணா, இது என்ன?" என்று ஆரன் தனக்குத்தெரிந்த ஒரே தமிழ் சொற்றொடருடன் நிற்க அவன் தோள்வரைகூட வராத ஃபிலோமினா அவன் கையில் அடித்து, "நீ சிற்பம் பாக்கணும்னுதான புதுமண்டபத்துக்கு கூட்டிகிட்டு வந்தேன்? கடைக்குக் கடை இதப்பாரு, அதப்பாருன்னு நின்னா, அப்புறம் எங்கிட்டு? வா, இங்க ஒரு பெரிய நந்தி இருக்கு அத உட்கார்ந்து வர," என்றாள்.

ஏழுகடல் தெருவுக்குள் பீறிட்டு வழிந்த ஒளிக்கு எதிராக வந்து அவர்கள் நின்றபோது, கடகடவென்று கால்கள் முன்னும் பின்னும்

ஆட ஓடிக்கொண்டிருந்த தையல் மிஷின்களின் ஒலி ஒருகணம் நிற்க தையல்காரர்கள் அனைவரும் அவர்கள் இருவரையும் தலைதூக்கி பார்த்தார்கள். மீனாட்சியம்மன் கோயிலின் சந்தடியில்தான் பிழைப்பு என்பதால், மானுடத்தின் பற்பல அரிய மாதிரிகளை பார்த்துப்பழகி ஓய்ந்த கண்கள்தான் என்றாலும், இந்தக்காட்சி அவர்களுக்கே சற்று புதுமையாக இருந்தது.

ஆறடி உயரத்துக்கு நளினமான உடற்கட்டுடன்,இளஞ்சிவப்பு குர்த்தாவும் ஜீன்ஸும் தோளில் ஜோல்னா பையுமாக, விரல்களை மடித்து மடித்து பேசிய ஒரு வெள்ளைக்கார இளைஞன். சாம்பல்நிறச் சுடிதாரும், வயிறுவரை வழிந்த நைலான் ஷாலும், கறுத்த முகமும், வழித்துவாரிய பின்னலுமாக அவன் அருகே குட்டையான தட்டையான உள்ளூர்ப் பெண்.

அவர்களுடைய பார்வையை உணராதவளாக ஃபிலோமினா அங்கிருந்த சிற்பங்களைச் சுட்டிக்காட்டினாள். இரண்டாள் உயரத்துக்கு ஒரு வாராகி. ஒரு துவாரபாலகன். வெளியே கூசும் வெயிலில் நின்றாலும் தவம்போல் அசையாமலிருந்த நந்தி. “இவ்வளவு இருக்கு பாரு,” என்றாள்.

ஆரன் வாராகியின் சிற்பத்தை அண்ணாந்து பார்த்தான். அவன் தலைதாழ்த்தியபோது அப்படியொரு சிலையின் இருப்பையே கண்டுகொள்ளாதவர்போல அதன் அடியில் ஒரு தையற்காரர் அமர்ந்திருப்பதைக் கண்டான். தடித்த கண்ணாடியும் காதில் கடுக்கனும் காதிடுக்கில் பென்சிலுமாக இருந்தவர் தையல் மெஷினில் நூல் பொருத்திக்கொண்டிருந்தார். ஆரன் பைக்குள்ளிருந்து ஒரு வரைபுத்தகத்தை உருவி கிட்டத்தட்ட அவர் காலடியில் முட்டி மடக்கி அமர்ந்தான். முதுகை வசதியான தூண் ஒன்றில் தோய்வாக சாய்த்துக்கொண்டு வரையத்தொடங்கினான்.

அவன் தூணையும் சிற்பத்தையும் வெறும் கோட்டோவியமாகத்தான் வரைந்தான் என்று ஃபிலோமினா பார்த்தாள். தலைக்குமேல் எங்கோ மேகத்துக்குள் உறைந்த கனவுபோல். அந்தச் சிற்பத்தின் காலடியில் யாரோ படைத்திருந்த ஒற்றைச் செண்பகப்பூவை மட்டும் தெளிவாக தங்கமும் சிவப்புமாக வரைந்தான். ஒரு தீமொட்டு. அந்த நிறத்தின் நிழல் கல்லில் விழுந்தது. கல்லே சிவப்பும் மஞ்சளுமாக கமழ்வதுபோல்.

அந்தக் கல்லின் ஒளியில் தையற்காரரை வரைந்தான். ஃபிலோமினாவும் அருகேயே அமர்ந்து உள்ளங்கையில் கன்னத்தைத் தாங்கி தாளில் நகர்ந்த பென்சில் முனையை பார்த்துக்கொண்டிருந்தாள்.

கீழிருந்து மேல்நோக்கி வரைந்ததால் மெஷினை ஓட்டிய அவர் பாதங்கள் பெரிதாகவும், உச்சந்தலை சிறிதாகி கல்லோடு மேலே கரைந்துவிட்டது போலவும் தோன்றியது.

ஏதோ ஒரு கணத்தில் அவள் நிமிர்ந்து பகல் ஒளியின் பின்னணியில் தையல்மெஷினை ஓட்டிக்கொண்டிருந்தவரைப் பார்த்தாள். பின் மறுபடியும் தாளை பார்த்தாள். தாளில் பார்த்தால் அவரை யாரோ அதே கல்லில் செதுக்கிவைத்ததுபோல் இருந்தது. தூசுபடிந்த கால்நகங்கள், வளைந்த விரல்கள், ஒடுங்கிய மார்பு, கண்ணாடி விளிம்பு, எல்லாம்படத்திலிருந்து புடைத்து வந்தன. அதுவரைஅங்கு நிகழ வாய்ப்பளிக்கப்படாத ஒரு சிற்பம் போல.புதிதாய்த் தோன்றிய தெய்வம் போல.

எங்கு போனாலும் இப்படித்தான். நேற்று மீனாட்சியம்மன் கோயிலுக்கு கூட்டிச்சென்றிருந்தாள். அவளுக்குத்தெரிந்த வரலாற்றுத் துணுக்குகளை சொல்வது வரை தலையை ஆட்டி ஆட்டித்தான் கேட்டுக்கொண்டிருந்தான். பார்த்தால் சிற்பங்களை விட்டுவிட்டு அங்கு வந்தவர்களைத்தான் விதவிதமாக வரைந்து வைத்திருந்தான். கைகூப்பி கண்மூடி கும்பிட்டவர்கள். தோள்களில் சோர்ந்து தூங்கிய குழந்தைகள். அரட்டையடித்துக்கொண்டிருந்த பட்டர்கள். கைவளை அடுக்கி நடக்கமுடியாமல் இடுப்பைப்பிடித்த நிறைமாதக்காரி. நெற்றிக்குறிகள். நகைகள். புடவை மடிப்புகள். பூக்கூடைகள். நெய்விளக்குகள். ஊதுபத்திச் சுருள்கள். சிவகாமியம்மையின் உதட்டோர புன்னகையைப் பார்த்துக் கொண்டிருந்த ஃபிலோமினாவுக்குக்கூட அந்த வண்ண வரைபடத்தில் இடம் இருந்தது.

“ஏதோ சிற்பம் வரையணும்னுதானே வந்த? அத விட்டுட்டு எல்லா வேலையும் செய்யுற நீயி,” என்று மற்றொருநாள் ஃபிலோமினா சொன்னாள். அழகர்கோயில் போய்விட்டு வரும் வழியில் ஆனைமலை பக்கம் வற்றிய கண்மாயைப் பார்த்து அதை வரைய வேண்டும் என்று ஆரன் கேட்க, நடுப்பாதையில் பேருந்தை நிறுத்தச்சொல்லி ஓட்டுனரிடம் திட்டுவாங்கி இறங்கிச் சென்றிருந்தார்கள். ஒரு உடைந்த பாலத்தின் மீது தொற்றி உட்கார்ந்து அவன் வரைந்துகொண்டிருந்தான். ஃபிலோமினா பின்னால் நின்று இப்படி சலித்துச்சொண்டிருந்தாள்.

“தெக்கால கேரளா பக்கமா போனா அழகழகான ஊரெல்லாம் இருக்கு. இல்ல நார்த்ல பனிமலை பாலைவனம்னு எங்கியாச்சும் போ. இந்த ஊர்ல என்ன இருக்குன்னு இப்படி வளச்சு வளச்சு வரையுற? எல்லாம் வறண்டு போன பூமி,” என்றாள்.

“இல்ல, உங்க ஊரோட ஒளி ரொம்ப அழகாயிருக்கு,” தாளிலிருந்து கண்ணை எடுக்காமல் அதற்கு பதில் சொன்னான் ஆரன். அவன் விரலுக்கடியிலிருந்து வண்ணம் ஒழுகிக்கொண்டிருந்ததுபோல காணும் நொடியில் தாள் நீலமாகிக்கொண்டிருந்தது.

வானில் பொட்டு மேகமில்லை. நீலப்புடவையை யாரோ ஒருகணம் உதறியதுபோல் கானலாக படபடத்தது. ‘உஷ்’ஷென்று பின்மதிய வெய்யில் கொட்டியது. ஃபிலோமினா ஷால்நுனியை தலையில் போர்த்திக்கொண்டாள். வெயிலுக்கெதிராக கண்களை மறைத்துக்கொண்டாள்.

வெயிலை சுத்தமாக உணராதவன் போல் இருந்தான் ஆரன்.“ஒளிய இப்படி வண்ணமா வரையறதெல்லாம் ஒண்ணுமே இல்ல. ஒளிய வெறும் ஒளியா வரையணும். அதிலேயே எல்லா நிறங்களையும் கொண்டுவரமுடியும் தெரியுமா...” நிமிர்ந்து புன்னகைத்து, “நம்மால இப்ப பார்க்கமுடியாத வண்ணமெல்லாம் கூட அதுல வரும்...”

“அக்னி நட்சத்திரம் வெயில் காயுது, ஒளியாம் ஒளி” என்று ஃபிலோமினா மூச்சுக்கடியில் சிடுசிடுத்தாள். ஆனால்படம் விரிய விரிய அவள் முகம் மாறியது. மீண்டும் அந்த வியப்பு. அவன் கண்முன்னால் தெரிந்ததைத்தான் தாளில் வரைந்துகொண்டிருந்தான். ஆனால் தாளில் இன்னொன்றும் இருந்தது. அது என்ன?, அது என்ன? என்று கண்கள் தாளைத் துழாவின.

வானைத் தொட்டு விளையாட ஆசைப்படும் சிறுவன் குதிகாலெழ நிலத்தில் எம்புவதுபோல் எழுந்த மலைகள். அலையலையாக கண்ணை வந்து அடைந்த கண்மாய் நிலம். வற்றிய கண்மாயைதாளில் பார்க்க வானையே கிண்ணமாக கவிழ்த்து வைத்தாற்போல் இருந்தது. வானத்தின் விரிவையும் விசாலத்தையும் கனிவையும் காத்திருப்பையும் அவன் நிலத்துக்கு சூட்டியிருந்தான். மேகங்களுக்குக் காத்திருக்கும் வானுக்குப் புரியாதா நீருக்குக் காத்திருக்கும் நிலத்தின் ஏக்கத்தை? இரண்டு கண்களைப்போல் அவைகுரல் எழாத காதல் பார்வையை நீட்டித்துக்கொண்டிருந்தன. அந்தக் காத்திருப்பின் கண்ணியத்தையெல்லாம் தன் தலையில் சூட்டிக்கொண்டு பசுமையற்ற வெளியில் ஒற்றைப் பனைமரம் நிமிர்வுடன் நின்றுகொண்டிருந்தது.

சுற்றிவர கைவிடப்படுதலின் அத்தாட்சிகள். ஆபாசமாக வானை மறித்த ஃபிளக்ஸ்போர்டுகள். உடைந்த பாலங்கள். கைவிடப் பட்டிருந்த கிணறு. அதிலிருந்து ஏதோ காலத்தில் தண்ணீர் இறைத்து நிறைத்து இப்போது வடிவிழந்த குடம். எங்கும் படபடக்கும்

பிளாஸ்டிக். ஒரு மனிதமுகம் கூட இல்லாத வெற்றுவெளி. எல்லோரும் ஒட்டுமொத்தமாக கைவிட்டுச்சென்ற நிலம்.

ஆனால் எல்லாவற்றையும் விளக்குபோல் ஏற்றிவைத்தது அந்த ஒளி. வெளியே இல்லாத, ஓர் ஊற்றுக்கண் திறந்ததுபோல் எங்கிருந்தோ சரிந்து வந்த, அந்த மாய ஒளி. எங்கிருந்து வந்தது அது? சாதாரணவெயில் அல்ல. சூரிய வெளிச்சம் அல்ல. வானிலிருந்து வரும் ஒளியே அல்ல.

சட்டென்று ஒரு கணத்தில் ஃபிலோமினா அதனைக் கண்டுகொண்டாள். இல்லை, அந்தப் படத்தில் அவன் கொண்டு வந்திருந்தது நிலத்தின் ஒளியை. கீழிருந்து மேல்நோக்கி எழுந்த வெளிச்சம் அது. நிலத்தையே கலமாக்கி அவன் படத்தில் ஒரு விளக்கை ஏற்றி வைத்திருந்தான்.

அன்று பேருந்தில் திரும்பிச்செல்லும்போது ஃபிலோமினா வெகுநேரம் பேசாமலே வந்தாள். நகர நெரிசலின் தூசு மூக்கைக் குடைந்தது. அவள் கண்கள் நீர்படிந்தே இருந்தன. சிம்மக்கல்லின் தட்டுமுட்டைத் தாண்டி மெஜூரா காலேஜின் பாலம் ஏறி இறங்கி பழங்காநத்தம் தாண்டி மூலக்கரையின் விரிந்த வயல் வெளிகளுக்கு வந்தபோதுதான் அவள் தன் குரலை கண்டுகொண்டாள். முன்சீட் ஜன்னலோரத்திலிருந்து புதுக்காற்று புசுபுசுவென்று அடித்துக் கொண்டிருந்தது. காற்றில் ஆரனின் கூந்தல் படபடத்தது. ஃபிலோமினாவின் ஷால் பறந்தது. தூரத்தில் ஜோடிக்குன்றுகள் எழுந்து வந்தன.

“எங்க ஊரு உண்மையிலேயே நீ வரஞ்ச மாதிரி அவ்வளவு அழகாவா இருக்கு?” ஃபிலோமினா அவளுக்குள்ளேயே கேட்டுக்கொள்வதுபோல் சின்னக்குரலில் கேட்டாள்.

“அதிலென்ன சந்தேகம்?” என்றபடி முன் சீட்டிலிருந்து திரும்பினான் ஆரன். வெயிலில் அலைந்ததில் முகம் நன்றாக சிவந்திருந்தது. கண்கள் சூட்டில் தகதகத்துக்கொண்டிருந்தன. “சத்தியமா சொல்றேன். நான் பார்த்த ஊர்களிலேயே உங்க ஊர்தான் அழகு.” புன்னகையுடன் அவள் கையை விளையாட்டாகத் தட்டினான். இரண்டு வாரம்கூட ஆகவில்லை. அவர்கள் பேசிக்கொள்ளும்போது கைதட்டிக்கொள்வது வழக்கமாகிவிட்டிருந்தது.

அப்புறம் ஏதோ தோன்ற, “இத நான் போற எல்லா ஊர்லையும் சொல்லுவேன்னு நினைக்காதே,” என்றான். வெட்க பாவனையில் சிரிப்பை பொத்தினான். விரல்கள் சங்குப்பூவைப்போல் நளினமாக பூத்து கவிழ்ந்தன.

அவளும் சிரித்தாள். கன்னங்கள் குன்றுகளாகி நின்றன. முகத்தில் அம்மைத்தழும்புகள் குழிந்தன. சிரித்தபோது வாயிலிருந்து தெற்றிச் சிதறிவிழுந்த முன்பற்கள் அவள் முகத்தை இடமிருந்து வலம் குறுக்காக வெட்டியது. முக அமைப்பை ஒருகணம் குடைசாய்த்தது. குதூகலத்தில் நாய்குட்டியைப்போல இருந்தாள். பருத்த உருவம் சிரிப்பில் குலுங்கியபோது ஓட்டுச்சக்கரத்தை சுழற்றிக்கொண்டிருந்த டிரைவரும் அந்தக்காட்சியைத் திரும்பிப்பார்த்து புன்னகைத்தார்.

இங்கு ஒன்றைச் சொல்லியாக வேண்டியிருக்கிறது. ஃபிலோமினா தேவதாஸ் அழகியல்ல. நான் சொல்லவில்லை. இது அவளைச் சார்ந்தவர்கள் அனைவரும் ஏற்றுக்கொண்டுவிட்ட உண்மையாக இருந்தது. இருளிலிருந்து ஒளியைப் பிரித்து, அண்டகோடிகளை வானில் அமைத்து, எண்ணற்ற பேதங்களைச் சமைத்த ஒருவனின் இருப்பை எப்படி உண்மையென்றும், இயல்பென்றும், அவர்கள் ஏற்றுக்கொண்டார்களோ, அப்படியே ஃபிலோமினாவின் அழகின்மையையும் ஏற்றுக்கொண்டார்கள்.

அதெப்படி சொல்லலாம்? அழகையெல்லாம் அளவெடுத்துப்பார்க்க மீட்டர் ஏதாவது இருக்கிறதாஎன்ன? என்று நாம் உடனே பதிலுக்கு கேட்கலாம். அவரவர் கண்ணுக்கு அதுஅது அழகு, என்று சமாதானம் சொல்லலாம்.

இருந்தாலும் அழகென்று ஒன்று நம்மை மீறி அத்துவான வெளியில் எங்கேயோ இருக்கத்தான் செய்கிறது. ஃபிலோமினாவுக்கு சாந்தமேரி அம்மா. பெற்றதாயேதான். அவர்களுக்கே “பாப்பா இன்னுங்கொஞ்சம் அழகா பெறந்திருக்கலாம் இல்ல?” என்ற விசனம் இருந்தது. பிறகு நாம் ஏது சொல்ல?

விஷயம் இதுதான். ஃபிலோமினா டிகிரி முடித்து ஐந்து வருடங்கள் ஆகிறது. வரன் அமையவில்லை. இத்தனைக்கும் திருநகர் அமைதிச்சோலை பூங்காவைச் சேர்ந்த திருவாளர் எம்.எஸ்.தேவதாஸ் எம்.ஈ. அப்போதே நூறு பவுன் நகை போடக்கூடியவர்தான். இருபது வருடங்களுக்கு முன்னால் நூறு பவுன் என்றால் பார்த்துக்கொள்ளுங்களேன்?

குடும்பம் தரமான குடும்பம். சொக்கத்தங்கம் என்று ஃபாதர் ஜெபராஜ் எங்கு வேண்டுமென்றாலும் பைபிளில் அறைந்து சத்தியம் செய்வார். ஆனால் உள்ளூரில் மாப்பிள்ளை அமையவில்லை. திருச்செந்தூரிலிருந்தும் தூத்துக்குடியிலிருந்தும் கூட வந்து பார்த்துவிட்டார்கள். என்ன காரணம் என்றால் என்ன சொல்ல முடியும்? அமையவில்லை, அவ்வளவுதான்.

குடும்பத்தாரும் முதலில் மனதுக்குள்தான் சொல்லிக்கொண்டார்கள். பின்பு ஒருவருக்கொருவர் பேசிக்கொள்ளும்போது உனக்கும் தெரிந்ததுதானே என்பதுபோல் சொன்னார்கள். பிறகு வெளிப்படையாகவே "பாப்பா இன்னும் கொஞ்சம் அழகா பிறந்திருக்கலாமில்ல?" என்றார்கள்.

இவ்வளவு ஆணித்தரமாக சொல்ல ஃபிலோமினாவுக்கு உருவத்திலோ உடலிலோ ஏதாவது குறைபாடு இருந்ததா என்றால் அதுவும் இல்லை. ஆனால் அவளிடம் ஏதோ பொருந்தாமல் இருந்தது. ஏதோ ஒன்று கூடக்குறைய இருப்பதுபோல். சாந்தமேரியே அதை உணர்ந்து அடிக்கடி சொல்வாள். "ஏய், நேரா நட! கூன் போடாம நில்லு! அப்படி விழிச்சு விழிச்சு பாக்காத!" ஆனால் சரியாக என்னவென்று அவளாலும் சொல்லமுடியவில்லை.

ஃபிலோமினாவின் தங்கை பிரிசில்லா வளர வளரத்தான் அது என்னவென்று அவர்கள் ஓரளவேனும் கண்டுகொண்டார்கள். குறிப்பாக இருவரையும் சேர்த்துவைத்து பார்க்கும்போது. பிரிசில்லாவும் கருப்பு, குள்ளம்தான் என்றாலும் பதினான்கு வயதிலேயே அவளுக்கு வளர்ந்த பெண்ணுக்கான முதிர்ச்சி வந்துவிட்டது. கருவண்டு முகம். அப்பாவின் கோலிக்குண்டு கண்கள். அம்மாவின் திருத்தமான கலை. வளர்த்தியான உடல். அதை கரகம்போல் பாங்காக எடுத்துச்செல்லத் தெரிந்திருந்தது அவளுக்கு. மேரிமாதா குழந்தை ஏசுவை தூக்கிவைத்திருக்கும் பாந்தத்துடனே எப்போதும் இருந்தாள். கண்ணசைவும் கையசைவும் உடலசைவும் ஒருபாதியை மறுபாதி சரியாகச் சமன் செய்தது. அவளை நோக்கி எல்லா நல்வார்த்தைகளும் வந்தன. லட்சணம், திருத்தம், கலை, அழகு, நேர்த்தி, பூர்த்தி என்று. இவளுக்கு வரன் தேட எந்தச் சிரமமும் இருக்காது என்று சாந்தமேரி இரகசியமாக பெருமூச்சு விட்டாள்.

பிரிசில்லாவின் உடலில் இருந்த இயல்பான சமன்பாடு ஃபிலோமினாவில் என்றுமே தோன்றியதில்லை. பாந்தமில்லாமல் பருமனாக இருந்தாள். சுழலும் பரிசலைப்போல் நடந்தாள். என்னேரமும் ஏதோ ஒரு பக்கத்திலிருந்து ஒரு பறவைக்கூட்டம் படபடபடவென்று வெடித்துவெளிவரும் என்பதுபோல் அவள் உடலில் ஒரு ததும்பல் இருந்துகொண்டே இருந்தது.

உடலில் குடிகொண்ட அந்த சமனின்மை முகத்தில் இன்னும் கூர்மையாக வெளிப்பட்டது. களைகளைப்போல் பிசுறுபிசுறாக வடிவமற்ற புருவங்கள். சற்றே ஒற்றைக்கண் பார்வை. இடதுபக்க யானைக்காது. சிரிக்கும்போது முந்தியடித்து தெறித்த முன்பற்கள்.

எல்லாம் சேர்ந்ததில் அவள் முகம் ஒரு கியூபிஸ்ட் ஓவியத்தைப் போல் துண்டுதுண்டாக வெட்டப்பட்ட விந்தையான உணர்வை அளித்தது. குடும்பத்திலும் பெண்கள் முகத்தை திருத்தி அழகுபடுத்திக்கொள்வது பாவம் என்ற நம்பிக்கை இருந்தது. ஆகவே அவள் தன்னை அழகாக்கிக்கொள்ள எந்தப் பெரிய பிரயத்தனமும் எடுத்துக்கொள்ளவில்லை.

சரி, தான் அழகியல்ல என்ற பிரக்ஞை ஃபிலோமினாவுக்கு இருந்ததா? சங்கடமான கேள்வி. அதற்கு யார் பதில் சொல்வது? ஃபிலோமினாவிடமே சென்று நாம் அதை கேட்கக்கூடாதல்லவா?

இவ்வளவு வேண்டுமென்றால் சொல்லலாம். பள்ளி நாடகத்தில் ஃபிலோமினா என்றுமே பாரதமாதா வேடத்துக்கு தேர்ந்தெடுக்கப் பட்டதில்லை. குழந்தையாய் இருந்தபோதும் யாரும் அவள் கன்னத்தைக் கிள்ளி அவளுக்கு மட்டுமென்று ஒரு சாக்லேட்கூட கொடுத்ததில்லை. அவளுக்கு யாரும் காதல் கடிதங்கள் எழுதியதில்லை. அவள் காதுபடவே சொந்த வீட்டு மனிதர்கள் "பாப்பா இன்னும் அழகா பிறந்திருக்கலாமில்ல?" என்று வாரத்துக்கொருமுறையாவது சொல்லாதவர்களும் இல்லை.

எல்லாவற்றையும்விட வருடத்தில் எட்டு மாதங்கள் அவள் தலைக்குமேல் ஒரு பொட்டு மேகமில்லாமல் சலனம் மாறாத நீலமாய் வானம் விரிந்திருந்த நிலத்தில் அவள் வாழ்ந்தாள். ஒவ்வொரு நாளும் மாலைச்சூரியன் சிவந்து சிவந்து சப்பாத்திக்கள்ளி காயாகி அவள் கண்முன்னால் கண்மாய்க்குள் மறைந்தான். அப்போது வான் எருக்கம்பூவாக, பின் செவ்வரளியாக, பின் பவளமல்லியின் மருதாணி விரலாக நெகிழ்ந்து நிறம் மாறிஇருண்டது. அரிதான மழைநாட்களில் நீர்பரப்பில் சாரல் தெறிக்க கண்மாய்க்குள் கெண்டைமீனும் கொக்குகளும் ஊறின. குன்றும் மேகமும் கலந்தன. அவள் வாழ்ந்த நிலத்தில் நிலவுகூட தங்கமானது. பாப்பாவும் இன்னும் சற்று அழகாக பிறந்திருக்கலாம்.

ஆனால் அப்படிப்பார்த்தால் ஃபிலோமினாவின் சுற்றத்தில் வாழ்ந்த பெண்களும் அப்படியொன்றும் பேரழகுப்பிறவிகள் இல்லை. எங்கும் இருப்பது போலத்தான். சாதாரண உலகில் அசாதாரணக் கனவுகளைப் பொருத்திக்கொண்டு வாழ முடியுமா என்று சோதனை செய்துகொண்டிருந்தவர்கள். பெரும்பாலும் தோல்வியுற்றார்கள். தோல்வியுற்றாலும், பரவாயில்ல, என்ன இப்ப? நீதானே ஜெயிச்ச? இருந்துட்டு போக, என்று எதிரே இருப்பவனிடம் "காய்" விடாமல் சோழிமுத்துப்பற்கள் தெரிய சிரித்தவர்கள். ஃபிலோமினாவும் அப்படித்தான். திருமணம்

ஆகவில்லை என்பதற்காக சிரிப்பு வந்தால் வராதே என்றா சொல்ல முடியும்?

அப்போதுதான் ஒருநாள் ஃபாதர் ஜெபராஜ் ஆரனை வீட்டுக்கு கூட்டிக்கொண்டு வருவதாக சொன்னார். ஆரன் பாஸ்டரான தன்னுடைய அமெரிக்க நண்பரின் மகன். கல்லூரி முடித்த கையுடன் இந்தியாவைச் சுற்றிப்பார்க்க வந்திருந்தான். கலைக்கல்லூரியில் படித்திருந்தான். மூன்று வாரம் பசுமலை காட்டேஜில் தன்னுடன் தங்கி மதுரைக்கோயில் சிற்பங்களை பார்க்க ஆசைப்படுகிறான். ஃபிலோமினா வரலாறு டிகிரிதானே படித்திருக்கிறாள்? அவள் சும்மாதானே இருக்கிறாள்? கூட்டிச்சென்று ஊரில் எல்லாவற்றையும் காட்டினால் என்ன, என்றார்.

சாந்தமேரியும் தேவதாசுக்கும் அந்த நெட்டையான வெள்ளைக்கார இளைஞனை பார்த்தபோது முதலில் விந்தையாக இருந்தது. மதுரை புறநகருக்கு வெள்ளைக்காரர்களெல்லாம் வருவதில்லை. கிட்டத்தட்ட ஒரு புது ஜீவி. அவனிடம் எப்படி பேசவேண்டும், அவன் என்ன சாப்பிடுவான், எங்கு உட்காருவான், அவர்களுடைய பின்கட்டு அவனுக்கு சரிவருமா என்று ஒரே பரபரப்பு. சாந்தமேரி தனக்குத்தெரிந்த நான்கு ஆங்கிலச் சொற்றொடர்களை நாளெல்லாம் மறுபடியும் மறுபடியும் சொல்லிப் பார்த்துக்கொண்டிருந்தாள். ஃபாதருடன் ஆரன் ஒருவழியாக விஜயம் செய்தபோது பக்கத்துவீட்டார்முதல் பாங்க் காலனி ஐயர்மார்கள்வரை கூடி நின்று கூச்சப்படாமல் அவனை விழித்து விழித்து வேடிக்கை பார்த்தார்கள்.

ஆனால் வந்த முதல் நாளிலேயே அவர்களுக்கு ஆரனை பிடித்துப்போய்விட்டது. அவன் அதிகம் பேசவில்லை. கழுத்தைக் குழைத்து, கண்ணில் குழிவிழ சிரித்து, நெற்றியில் விழுந்த பொன்நிற சுருள்முடியை விரல்களால் அழகாக விலக்கி, கன்றுக்குட்டி கண்கள் வழியாக அவர்களைப் பார்த்து புன்னகைத்துக்கொண்டே இருந்தான். அந்த வீடு அவனுக்கு குகைபோல் சிறியதாக இருந்தாலும் குறையில்லாதவன்போல் பாந்தமாக அமர்ந்து சாந்தமேரி சுட்ட தோசைகளை வெள்ளைக்காரத்தனமாக இரண்டு கைகளாலும் பிய்த்துத் தின்றான். இரண்டு 'சுவீட்'ட்டுகள் வைத்தாலும் அலுத்துக் கொள்ளாமல் சாப்பிட்டான். அவளுடன் அடுப்பறைக்குச்சென்று நின்று தலைகுனிந்து பேசினான். அவள் அலறுவதை பொருட்படுத்தாமல் பாத்திரங்களை கழுவிக்கொடுத்தான்.

"பக்கத்து வீட்லையும் பாத்திரம் வெளக்க ஆளு கேக்கறாங்களாம்," என்று ஃபிலோமினா குரலில் சிரிப்பைப் பொத்தியபடி சொன்னாள். "இவ உங்கள கிண்டல் பன்றா பாருங்க," என்று உடனே பிரிசில்லா

சத்தமாக சொன்னாள். இரண்டு பெண்களும் விழுந்துவிழுந்து சிரிக்க ஆரன் தட்டை துடைத்துக்கொண்டே அவர்களுடன் சேர்ந்து சிரித்தான்.

அந்தக்காலத்தில் தானும் கொஞ்சம் வரைகலை பழக்கம் உடையவர் என்று அன்று தேவதாஸ் ஆரனிடம் சொல்லிக் கொண்டிருந்தார். எஞ்சினியரிங் மாணவராக இருந்தபோது மதுரையின் பழைய கட்டடங்கள் சிலவற்றை நகலாக வரைந்து வைத்திருந்தார். பூச்சி அரித்த பழைய தாள்களை பரணிலிருந்து எடுத்து தன்னுடைய சிறந்த படைப்பென்று கருதிய புனித மேரி தேவாலயத்தின் படத்தை காட்டிக்கொண்டிருந்தார். “எங்க? வேலையில சேர்ந்ததும் எல்லாம் விட்டுப்போச்சு. அப்புறம் கல்லியாணமும் ஆச்சு... மொத்தமா போச்சு,” என்று சலித்தார்.

“தம்பிக்கு கல்யாணம் ஆயிடிச்சா?” என்றாள் சாந்தமேரி. ஆரனின் முகம் சிவப்பானது.

“அவுரு பாக்க சின்னப்பையனால்ல இருக்காரு, இப்பத்தான் படிப்பையே முடிச்சிருக்காரு, நீயென்ன?” என்றார் தேவதாஸ். “நீங்க என்ன அப்பா மாதிரி சர்ச்சு தொழிலுக்கு வராம ஓவியம் சிற்பம்னு இந்தப்பக்கம் வந்துட்டீங்க?”

அந்தக் கேள்விக்கும் ஆரன் நெளிந்தான். ஃபாதர், “அவங்கெல்லாம் அமெரிக்காகாரங்க. இண்டிபெண்டெண்ட். அப்பா ஒண்ணு சொன்னா இவுங்க நேர் எதிரா ஒண்ணுலதான் போய் நிப்பாங்க. நம்மாளு இப்போதைக்கு எல்லாத்தையுமே சந்தேகிக்குற தாமஸ்”என்றபடி ஆரன் முதுகில் தட்டினார். ஆரனிம் முகம் இனி சிவக்க முடியாது என்பது போல் பழுத்திருந்தது.

“ஆமா, அந்தப் படத்த பாத்ததும் நீங்க உண்மையிலேயே இஞ்சினியர்தானான்னு அவருக்கும் சந்தேகம் வந்திருச்சுப்பா,” என்றாள் ஃபிலோமினா. எல்லோரும் சிரித்தார்கள்.

ஃபாதர் ஆரனிடம், “நீங்க ஏன் ஃபோட்டோகிராஃபி பன்றதில்ல?”என்றார்.

அந்தக்கேள்விக்கும் முதலில் வெறுமனே புன்னகைத்தான். பின், “ஃபோட்டோகிராஃபி முயற்சி பண்ணி பாத்தேன். பிடிக்கல. கையால வரையறதுதான் பிடிச்சிருக்கு. நான் கொஞ்சம் பழைய ஆளுன்னுதான் நினைக்கறேன்,” என்றான். ஆங்கிலத்தில் அவன் சொன்ன வார்த்தைகள் ஃபிலோமினாவுக்கு பிடித்திருந்தது. “ஐ திங்க் ஐ அம் அன் ஓல்ட் சோல்.”

“ஃபோட்டோகிராஃபிக்கும் பெயிண்டிங்குக்கும் என்ன வித்தியாசம்?” என்றாள்.

“ம்ம்... நிறைய வித்தியாசம் இருக்கு...” ஆரனின் பார்வை பட்டாம்பூச்சியாய் படபடத்து அவள் மேல் வந்து நிலைத்தது. “ஆனா முக்கியமான்னு பாத்தா ஒளி தான்.”

“காமராவுல லைட் டிடெக்டர் இருக்கு. அது வெளிய இருக்குற ஒளியாலதான் படத்த உருவாக்குது. அதுக்கும் ஒரு அளவு இருக்கு. ஒரு தற்செயல்த்தன்மை இருக்கு. இயற்கையில ஒளி எங்க விழுதுன்னு நாம தீர்மானிக்கமுடியாதில்ல?

“ஆனா பெயிண்டிங்ன்றப்ப நாம பாக்குறதுதான். நாம வரையறதுதான். அதுக்குள்ள நாமளே நமக்கான ஒளிய உருவாக்கிட முடியும்.” பேசப்பேச அவன் கண்களுக்குப்பின்னால் மெழுகுவர்த்திச் சுடர் போல் ஒன்று அசைந்துகொண்டிருந்ததை அவள் கண்டாள்.

“‘உலகிற்கு ஒளிதரும் விளக்கு நீங்களே’,” என்று தான் உட்கார்ந்த இடத்திலிருந்து ஃபாதர் சன்னமாக சொன்னார். ஆரன் அவர் பக்கம் சொடுக்கென்று திரும்பினான். ஃபிலோமினா மீண்டும் அவனைக் கண்டபோது அவன் தலை குனிந்திருந்தது.

“சரியான அப்பாவி. உனக்கே தம்பி மாதிரில்ல இருக்கான்,” அன்றிரவு படுத்துக்கொண்டதும் ஃபிலோமினாவே பிரிசில்லாவிடம் அவனை பற்றிய பேச்சை எடுத்தாள்.

“அம்மா ரொம்ப நம்பிக்கையோட இருக்காங்க, நீயென்னன்னா இப்படி சொல்ற?” சிரிப்பை அடக்கமுடியாமல் கேட்டாள் பிரிசில்லா. “‘தம்பிக்கு கல்யாணம் ஆயிடிச்சா?” அம்மாவைப் போலவே பேசிக்காட்டினாள்.

பெரியப்பேச்சா டீ பேசுற, என்று அதட்ட வாயெடுத்த ஃபிலோமினா, “ஐயோ அவன் என்னவிடயும் சின்னப்பையன். சரியான தம்பிப்பாப்பா,” என்று போர்வையை இழுத்துவிட்டுக் கொண்டு சுவர்பக்கமாகத் திரும்பி கண்களை மூடிக்கொண்டாள்.

“ரொம்ப காலம் முன்னால இந்த ஊர்ல மலையத்துவஜ பாண்டியன்னு ஒரு ராஜா இருந்தான். அவனுக்கு ஒரே மக. அவ பேரு மீனாட்சி. மகன் இல்லாத குறைய தீக்க ராஜா மகளையும் மகனாட்டமே வளத்தானாம். அவ மொரட்டுத்தனமா ஆம்பளக்கணக்கா வில்லும் வீரமுமா வளந்தா. சுத்தியிருக்கற ஊரையெல்லாம் சண்டைபோட்டு அடக்கினா. அவளுக்கேத்த மாப்பிள்ளன்னு உள்ளூருல யாருமில்ல. தூரதேசத்துலர்ந்துதான் வருவான்னு குறி சொன்னாங்க.

‘சொன்னதுபோலவே சிவனும் வந்தாரு. அழகன்னா அழகன் அப்படியொரு அழகன். எந்த பிராந்தியத்திலும் பார்க்க முடியாது.

கைலாசத்துல என்னவோ சடமுடியும் கப்பரையும் பாம்பும் கணங்களுமா ஜாலியாத்தான் இருக்குறவரு. இந்தம்மாளுக்கு அப்படி வந்தா ஆகுமா? அதுனால அழகனா கோலம் தரிச்சு வராரு.

'வந்து நின்னா, ஊருக்குள்ள வடிவா, சொக்கா, சுந்தரான்னு ஒரே ஆரவாரம். யார்ரா அது புதுசா எம் ஊருக்குள்ள? உங்கொட்டத்த அடக்குறேன் பாருன்னு பாஞ்சு போனா மீனாட்சியம்ம.

'அவரு ஆயுதம் எதையும் எடுக்கல. சும்மா இவளையே பாக்குறாரு. அத அவ பாக்கறா. வில்லையும் வேலையும் எடுக்கலாம்னா அவளுக்குக் கை வெளங்கவேயில்ல. கண்ணும் அவன் பார்வைக்கு முன்னால எழும்பமாட்டேங்குது. வெட்கம்! ஒரு வழியா கண்ண ஒசத்தி பாத்தா அவன் அப்பவும் அப்படியே கண்வாங்காம பாத்துக்கிட்டிருக்கான். அவ்வளவு அழகு. அவ சிரிச்சுபுடறா.

'சிவன் அவள இங்க வெச்சு கல்யாணம் பண்ணிகிட்டாரு. அப்புறம் இங்கேயே தங்கிட்டாரு. இப்பவும் அந்த ஐதீகம் இருக்கு... இந்தூரப் பொறுத்தவரையில இப்பவும் அவதான் மகாராணி.'

கம்பத்தடி மண்டபத்தில் மீனாட்சி திருக்கல்யாண சிற்பத்தை வரைந்துகொண்டிருந்த ஆரனைப் பிடித்து ஒரு முதியவர் நீ யார், எந்த ஊர், என்ன செய்கிறாய் என்று விசாரித்து, ஃபிலோமினாவை ஏற இறங்கப் பார்த்து, "ஓ க்றிஸ்டியன்ஸா?" என்று தெளிவுபடுத்திக் கொண்டு, சிநேகபாவத்துக்கு வந்ததும் தானே முன்வந்து கோயிலின் ஐதீகக் கதையை சொல்லிக்கொண்டிருந்தார். ஃபிலோமினாவுக்கு நன்கு தெரிந்த கதைதான். இருந்தாலும் கேட்டாள். முதியவர் நன்றாகத்தான் ஆங்கிலம் பேசினார். ஆனால் அந்தக்கதையை மட்டும் குழந்தைத்தனமாக சொல்லிக்கொண்டிருந்த பாணி புன்னகை வரவழைத்தது.

"இந்துக் கதைகளெல்லாமே கல்யாணத்தப் பத்தியதா இருக்கே?" என்றான் ஆரன்.

"ஆமா தம்பி. கல்யாணம், கோலாகலம், திருவிழா, இதெல்லாம் இல்லாம என்னத்த வாழ்க்கை?" என்றார் தாத்தா. "மீனாட்சியோட கல்யாணத்தையே இங்க நாங்க ஒவ்வொரு வருஷமும் கொண்டாடுவோம்."

உடனே பொறிதட்டியவன்போல்,"இவங்க பேருகூட அதுதான். ஃபிலோ-மீனா!" என்றான் ஆரன்.ஃபிலோமினா முகம்பிளக்க சிரித்தாள்.

“இந்த ஊருல பொறந்த அத்தன பொண்ணுங்களுமே எங்களுக்கு மீனாட்சியம்மதான் தம்பி,” என்றார் தாத்தா. அவளைப் பார்த்து புன்னகைத்து, “இதுல மதமெல்லாம் வராது” என்றார்.

கடைசி வாரத்தில் ஒருநாள் அவனே அந்தப் பேச்சை எடுத்தான். “ஃபிலோமினா, உங்க ஊர்லல்லாம் எப்படி, ஏற்பாட்டு கல்யாணம்தானே? உங்களுக்கு கல்யாணம் ஏற்பாடாகலையா?”

அவர்கள் மேல ஆடி வீதியில் கல்லில் சாய்ந்து அமர்ந்திருந்தார்கள். ஆரன் மேலை கோபுரத்தை வண்ணஓவியமாக வரைந்து கொண்டிருந்தான். சரியாக வரவில்லை. பக்கங்களைத் திருப்பி மீண்டும் மீண்டும் வரைந்தான். கோபுரக்காற்றில் மரங்கள் சலசலத்தன. ஒரு வடஇந்தியப் பயணக்குழு நிறத்தொகையாக கோபுரத்தின் பிம்பம்போல அவர்கள் அருகே அமர்ந்திருந்தது. பெரியவர்கள் குறுகுறுப்பாகப் பார்க்க குழந்தைகள் சுற்றி ஓடிஓடி விளையாடினார்கள்.

ஃபிலோமினா காலை மடக்கி சுடிதாரை இழுத்துவிட்டுக்கொண்டாள். “பாத்துட்ருக்காங்க... ஒன்னும் அமையல,” என்றாள். “போன வாரம்கூட ஒருத்தங்க வந்தாங்க. சிவகாசிக்காரங்க. இந்து குடும்பம். இப்ப யாரும் அப்படி கொடுக்கறதில்லன்னு அப்பா யோசிச்சாரு... ஆனா அவங்களே வேண்டாம் சரி வராதுன்னு பதில் எழுதிட்டாங்க.” ஃபிலோமினா தோளை குலுக்கினாள். “அது கெடக்குது. நீ சொல்லு. உனக்கு கேர்ள் ஃபிரெண்ட்ஸே கிடையாதா?” விளையாட்டுத்தனமாக மாறியது அவள் குரல்.

அவன் முகம் சிவந்து தூரிகையை கீழே வைத்து அப்பாலே பார்த்தான். கழுத்து நெளிந்தது. “இல்ல, எனக்கு பெண்களை பிடிக்காது,” என்றான்.

“ஐய்யோ!” என்று ஃபிலோமினா கருத்த முகத்தில் பல் தெறிக்க கடகடவென்று சிரித்தாள். “என்னைக் கூடவா?”

அவன் சட்டென்று திரும்பி அவள் கையை பிடித்தான். திடீரென்று அப்படிச்செய்வான் என்று அவள் எதிர்பார்த்திருக்கவில்லை. யாரும் பார்க்கப்போகிறார்களே என்று சுற்றிப்பார்ப்பதற்குள் அவனுடைய கண்களில் இருந்த நெகிழ்வின் தீவிரம் அவளை கலங்கவைத்தது. “உன்னையா?” அவன் பார்வை நாய்குட்டியின் ஈர மூக்கைப்போல் இருந்தது. “உன்னைச் சொல்வேனா? உன்னைத்தான் எனக்கு ரொம்ப பிடிக்குமே?” என்றான்.

அன்றிரவு அதை பிரிசில்லாவிடம் சொன்னபோது, “ஏதாவது லவ் ஃபெயிலியர் கேஸா இருக்குங்க்கா,” என்று உலகைப் பார்த்து சலித்த பாட்டியைப்போல் சொன்னாள்.

ஒருநாள் கோயில் மண்டபத்தின் கல்குளிர்ச்சியில் அமர்ந்தபடி, தன்னுடைய சொந்த ஊரில் தான் வரைந்த படங்களை ஃபிலோமினாவுக்கு காண்பித்தான் ஆரன். வெளியே காய்ந்த வெயில் ஒளிச்சிதறல்களாகவே மண்டபத்திற்குள் நுழைந்தது. அவ்விடங்கள் மட்டும் சற்றே வெம்மையுடன் இருந்தன. மற்றபடி கோயில்கல்லில் இதமான குளிர் உறைந்திருந்தது.

அமெரிக்காவின் வடகிழக்கு எல்லையின் வெர்மாண்ட் மாகாணத்தில் ஸ்ப்ரிங்ஃபீல்ட் என்ற ஊரில்தான் ஆரன் பிறந்தான். அந்த ஊரில் வருடத்தில் முக்கால் பகுதி நாட்கள் ஒளியே கிடையாது என்றான் ஆரன்.

அவர்களுடையது மிகப்பெரிய வீடு. கிட்டத்தட்ட மாளிகை. அப்பா பாஸ்டர். பாதிநாள் ஊரில் இருக்கமாட்டார். அம்மா நோயாளி. பாதிநாள் படுக்கையை விட்டு எழும்பமாட்டார். வேலைக்காரர்களிடமிருந்து ஒளிந்துகொள்ள வசதியாக நிறைய இடங்கள் இருந்த வீடு அது. குளிர் உறைந்த, இருட்டான இடங்கள். “பெரிய சிலுவைவடிவில் ஒரு சவப்பெட்டிகூட இருக்கும், அதில்தான் நிறைய ஒளிந்துகொள்வேன்,” என்றான் ஆரன்.

அங்கு நிறைய காடுகளும் வருடத்தில் பாதிநாள் பனியும் இருக்கும். பனிக்காலத்தில் நாளெல்லாம் இரவெல்லாம் பனி பொழிந்துகொண்டே என்றான். நில்லாமல் பொழியும் நிசப்த இசை. அப்போது வானில் ஒளியே இருக்காது. சாம்பல்நிறக் கோட்டு போர்த்தியதுபோல் இருக்கும் உலகம். நிறங்கள் இருக்காது. ஒளியில்லாததால் நிழல்களும் இருக்காது. நிழல்கள் இல்லாததால் காட்சியிலும் ஆழம் இருக்காது.

அம்மா இறந்தபிறகு வீட்டில் இருக்கப்பிடிக்காமல் சுற்றியிருக்கும் காடுகளில் அலைகையில் பனியேந்திய மேப்பிள் மர வரிசைகளை வரைந்து வரைந்து ஓவியம் கற்றுக்கொண்டான். பிறகு பல ஊர்களை வரைந்திருந்தான். பிட்ஸ்பர்கின் கரிச்சுரங்கங்கள். நியூயார்க் நகரின் சப்வேக்கள். தென்பிராந்திய கருப்பினத்தவர்களின் பொந்து வீடுகள். இந்த ஊரில் அவன் கண்ட ஒளியையும் வண்ணங்களையும் அவன் இதற்கு முன்னால் கண்டதுமில்லை, வரைந்ததுமில்லை. “உங்க ஊர் மொத்தமுமே ஒரு ஃபான்சி ஸ்டோர்!” என்றான்.

ஃபிலோமினா அவன் உற்சாகத்தைக்கேட்டு புன்னகைத்தாள். உண்மைதான். அவன் எங்கு நிறங்கள் செறிந்திருப்பதைக் கண்டாலும் நின்றுவிடுவான். சித்திரை வீதியை ஒருமுறை சுற்றி வர மூன்று மணிநேரமாகும் என்று பிரிசில்லாவிடம் பெருமூச்சு விட்டபடி சொன்னாள். வெங்கலம், குங்குமம், பறக்கும் ஹெலிகாப்டர்

பொம்மை, வெற்றிலை, மயில் இறகு, சுங்குடிச் சேலை, கரும்பு, மருதாணி, மல்லிகைப்பூ, காதில் மாட்டும் தொங்கட்டான் என்று எதைக்கண்டாலும் நின்றுவிடுவான். நாகப்பட்டினம் அல்வா கடையில் அல்வாவின் நிறத்தை வைத்து ஒரு ஆராய்ச்சி. கடைவீதியில் செண்பகப்பூவின் நிறத்தையும் மணத்தையும் வைத்து இன்னொரு ஆராய்ச்சி.

அன்று பேருந்தில் திரும்பி வரும்போது ஜன்னலிலிருந்து ஃபிலோமினா அதைப்பார்த்து உற்சாகமாக சுட்டிக்காட்டினாள். தென்கரை கண்மாய் நிரம்பியிருந்தது. மாலைச்சூரியன் சிவந்த பிழம்பாக அதில் இறங்கிக்கொண்டிருந்தது. கண்மாய் நீர் தீயின் வண்ணத்தில் அலையடித்தது. மே மாதம் கிட்டதட்ட முடிந்து விட்டது, ஆகவே கண்மாய்க்கு தண்ணீரை திறந்துவிட்டிருக்க வேண்டும். அப்படியென்றால் மேற்கே மழை தொடங்கிவிட்டது. இன்னும் இரண்டு நாட்களில் மதுரைக்கு வந்துவிடும். ஆரன் கிளம்புவதற்குள் வரவேண்டும்.

"ஃபிலோமினா, நீ ஏன் எப்பவுமே கருப்பு சாம்பல் தவிட்டு நிறம் இதுல மட்டும் டிரெஸ் பண்ற? ஏன், வண்ணம் பிடிக்காதா?" என்றான் ஆரன்.

ஃபிலோமினா அஸ்தமன ஒளி முகத்தில் பட்டதுபோல் சிவந்தாள். பின் உடனே அவனை நோக்கித் திரும்பி அவன் கையைத் தட்டி, "ஆமா. உனக்கு எப்பப்பாரு நிறங்கள்தான்," என்றாள்.

ஆரன் சிரித்தான். "இன்னிக்கி உங்க வீட்ல சாப்பிட சொல்லி உங்க அம்மா சொன்னாங்க. இன்னும் ரெண்டு நாள்ல கிளம்பறேன்ல, அதான் எல்லோருக்கும் ஒரு சின்ன அன்பளிப்பு வாங்கியிருக்கேன். அதான் உன்கிட்ட முன்கூட்டியே கேட்டுகிட்டேன்..." என்றான்.

சாந்தமேரிக்கு சிவப்பு நிறத்திலும், பிரிசில்லாவுக்கு பச்சை நிறத்திலும், ஃபிலோமினாவுக்கு வான்நீல நிறத்திலும், மஞ்சள் புள்ளிகள் வைத்து சுங்குடிச்சேலைகள் வாங்கியிருந்தான். தேவதாசுக்கும் ஃபாதருக்கும் வேட்டிசட்டை. "எங்கனப்போயி வாங்கினிங்க? நல்லா ஏமாத்தியிருப்பாக. பாப்பாவ கூட்டிப்போக வேண்டியதுதான?" என்று சாந்தமேரி அங்கலாய்த்தாள்.

அன்று விருந்துச் சாப்பாடு. சாப்பிட்டு எழுந்து கைகழுவ வெளியே செல்கையில் எதிரில் ஃபிலோமினா வந்தாள். "புடவை பிடிச்சிருக்கில்ல?" என்று கேட்டான். "எதுக்கிதெல்லாம்? சும்மா பெரியதனம்..."என்றாள் ஃபிலோமினா. தன் கைமூட்டால் அவன் கையை இடித்தபடி சென்றாள்.

கடைசி நாளன்று மதியம் அவன் கேட்டதுபோல் பரங்குன்ற மலையடிவாரத்துக்கு கூட்டிச்சென்றாள். வழிகேட்டு இருவரும் மலையின் மேற்கு முகத்தில் ஏறினார்கள். மரங்கள் செறிந்திருந்த மலைப்பாறைப்பாதை. கற்படிகள். ஆட்களே இல்லை.

அன்று வானம் மேகம் செறிந்திருந்தது. காற்றில் ஈரம். நாசியில் மண்வாசம். தூரத்தில் எங்கேயோ மழை. ஏற ஏற தூரத்தில் நாகமலையின் கோட்டுக்கப்பால் மேகங்களையும் மழைச் சரிவுகளையும் ஒளிக்கோடுகளாக பார்க்க முடிந்தது.

படிகளைவிட்டு மலையின் முகத்திலேயே நேரடியாக ஏறினார்கள். எதிரே தென்கரைக்கண்மாய் ராட்சத முகமொன்றில் பதித்த நீலக்கண் ஏதோ சொல்ல வருவதுபோல் அவர்களை கீழிருந்து கண்கொட்டாமல் நோக்கியது. ஆரன் வரைந்துகொண்டிருந்தான். மேலே குன்றின் முகத்தில் ஒரு படையாக குரங்குகள் இறங்கி வந்தன. குட்டிகள் அம்மாக்களின் அடிமடியைப்பற்றியிருந்தன. ஃபிலோமினா மிரண்டு நகர்ந்தாள். ஆனால் அவை ஒன்றும் செய்யாமல் ஒதுங்கிச் சென்றன. ஆரன் அங்கேயே அமர்ந்து அவற்றை வரையத்தொடங்கினான்.

காற்று மாறியது. மழை நெருங்குவதுபோல் இருந்தது. “வா, இறங்கலாம், மழை வரும்,” என்றாள் ஃபிலோமினா. ஆரன் தன்னுடைய தாள்களை நேர்த்தியாக நளினமாக அடுக்கி கவனமாக தோல்பைக்குள் செறித்து வைத்து கைப்பையில் போட்டுக்கொண்டான். பையிலிருந்து இன்னும் மெல்லிய செண்பகவாசம் வந்தது.

அவன் ஒரு நீளமான காகிதக்குழாயை எடுத்தான். அதை ஃபிலோமினாவிடம் கொடுத்தான். “இது உனக்காக,” என்றான்.

மழை பொட்டுப்பொட்டாகத் தொடங்கியது. ஃபிலோமினாவுக்கு அதை திறந்துபார்க்க நேரமில்லை. தலையை ஷாலால் போர்த்தியபடி மரங்கள் செறிந்த கற்படிகளை நோக்கி வேகமாக நகர்ந்தாள். ஆரன் பின்தொடர்ந்தான்.

மலையின் அடிவாரத்துக்கு வந்தபோது மெல்லிய சாரலாகியிருந்தது மழை. கோடை மழையின் வருகையை அறிவிக்கும் நீர்ப்பதக்காற்றும் குளிரும் கிளம்பியிருந்தது. மெல்லிய பனிமூட்டம். ஆரன் ஃபிலோமினாவை பார்த்துக்கொண்டிருந்தான்.

“நாள காலையிலேயே புறப்படணுமில்ல?” என்றாள் ஃபிலோமினா.

“ஆமா, ஆறு மணிக்கெல்லாம் ரயில். சென்னைக்கு. அங்கிருந்து தில்லி. எட்டாம்தேதி டேராடூன் போறேன்.”

“சரி, அப்போ பார்க்கலாம்.” ஃபிலோமினா மெல்ல அவன்

கையை தட்டினாள். "ஏதாச்சும் வேணும்னா வீட்டுக்கு ஃபோன் பண்ணு." சம்பிரதாயமான விடைபெறும் வார்த்தைகள். வேறென்ன சொல்வது? இருவரும் முழித்து முழித்து பார்த்தார்கள்.

அவன் பார்வை மாறவே மாறாதா என்று ஃபிலோமினா வியந்தாள். நாய்குட்டியின் மூக்கைப்போல ஒரு பார்வை. பின்னால் நின்ற அசைவு அறியாத மலைக்குன்றின் நிறத்தில் கண்கள். கல்லும் தேனும் கலந்ததுபோல்...

ஏதோ ஒரு கணத்தில் அவன் "சரி, பார்க்கலாம்," என்று சொல்லி புன்னகைத்து திரும்பி கூட்டத்துக்குள் மறைந்தான். அவள் சற்றுநேரம் அங்கேயே நின்றாள். பின் அவளும் திரும்பி வீட்டுக்குப் போனாள்.

அன்று இரவு ஃபிலோமினா உடனே தூங்கிவிட்டாள்.

அதிகாலையில் முழித்தபோது, தான் எங்கே இருக்கிறோம் என்று ஒருகணம் நினைவுதப்பினாள். காற்றுவெளியில் விழித்துக்கொண்டது போல். கட்டிலிலிருந்து காலை கீழே ஊன்றினால் அது மேகப்பஞ்சில் பதியும் என்பதுபோல். அது தன்னுடைய அறைதான், தன் படுக்கைதான் என்ற பிரக்ஞை வர கொஞ்ச நேரம் பிடித்தது. எழுந்த போது வெளியே மழை சாற்றிக்கொண்டிருந்தது. இருட்டாகவே இருந்தது.

குளிக்கும்போதுதான் ஆரன் அன்று கிளம்பிக்கொண்டிருப்பான் என்றும், உடனே அவன் முந்தைய நாள் கொடுத்த படக்குழாயும் நினைவுக்கு வந்தது. கூந்தலைக்கூட சரியாக உலர்த்தாமல் நைட்டியில் கைகளைத் துடைத்தபடி தன்னுடைய அறைக்குச்சென்று அந்தக்குழாயை திறந்தாள்.

பிரிசில்லா பக்கத்து கட்டிலில் எழுந்து உட்கார்ந்து இந்த வேளையில் இவள் என்ன செய்கிறாள் என்று கண்களிலிருந்து தூக்கத்தைத் துடைத்தபடி பார்த்தாள். ஃபிலோமினா குழாயிலிருந்து எடுத்த தாளை படுக்கையில் விரித்ததை அவள் முதுகு மறைத்தது. அவள் மூச்சை உள்ளிழுக்கும் சப்தத்தைக்கேட்டுத்தான் பிரிசில்லா முழுவதுமாக முழித்துக்கொண்டாள். "அக்கா? என்னக்கா? என்னாச்சுக்கா?" பாய்ந்து எழுந்து வந்து அவள் தோளைப் பிடித்து கன்னத்தோடு கன்னம் வைத்து அந்தக் காட்சியைபார்த்தாள். அவளும் பேச்சறுந்து நின்றாள்.

ஃபிலோமினாவின் படுக்கை அளவுக்கே பெரிய தாளில் வரையப்பட்டிருந்தது அந்த ஓவியம். கண்ணை நிறைக்கும்

வான்நீலப் பின்னணி. அதிலிருந்து தாளைக் கிழித்து பாய்ந்து எழுந்து வருவதுபோல், மண் நிறத்தில் ஒரு குதிரை.

அந்தக்குதிரை தன் தலையை கம்பீரமாக பின்னால் தள்ளியிருந்தது. ஏதோ அரிய நறுமணத்தை நுகர்வதுபோல் மூக்கை உயர்த்தியிருந்தது. அன்பு மிகுதியில் கைகளை விரித்து பாய்ந்தோடி வருவதுபோல முன்னங்கால்களை ஒன்றின்மேல் ஒன்று தூக்கியபடி உடலே ஓர் அசைவென நிகழ்த்தி நிறுத்தியிருந்தது. அந்த அசைவுடன் குதிரையின் ஒவ்வொரு பாகமும் எப்படியோ ஒத்திசைந்து சமன் கொண்டிருந்தது.

தன்னுடையவெளிப்பாட்டைதானேகண்டு ஆச்சரியப்படுவதுபோல் இருந்தது அதன் முகபாவம். பாதி கனைப்பில் தலை திருப்பச் சிலுப்பி வாய் திறந்து ஐயோ! என்று களிப்புடன் சிரித்தது. பல்வரிசை அதன் முகத்தை இரு துண்டுகளாக வெட்டியது.

அந்தக் குதிரை தன் முகத்தைத்திருப்பி ஃபிலோமினாவின் கண்களை சந்தித்தது. மின்மினிக்கண்கள். பொன்நிறத்தில் இரண்டு ஒளிப்புள்ளிகள். பிரிசில்லா மெதுவான குரலில், "ஓ!" என்றாள். அவள் குரல் வண்ணத்துப்பூச்சிபோல் படபடத்தது. "அக்கா! அக்கா! உனக்கு தெரியல?" என்றாள். "பாரு! பாரு!" ஃபிலோமினா அப்போது அதை பார்த்துவிட்டிருந்தாள்.

அதன் பிடரி மயிர் பின்னலாக நீண்டது. விலாப்பகுதியில் பளபளக்கும் தோல் நெளிநெளியாக வழிந்தது, அவள் அணியும் ஷாலைப்போலவே. மினுமினுக்கும் கண்களும் விளையாட்டில் சுழலும் வாலும் சிரிப்பில் திறந்த வாயும் தெறித்த குதிரைப்பற்களும் அவள் நன்கு அறிந்தவை. கண்ணாடிகளுக்கப்பால், நீர் பிம்பங்களுக்கப்பால், மலைகளுக்கப்பால், மேகங்களுக்கப்பால், ஒரு முகம், எங்கேயோ வாழும் ஒன்று...

ஃபிலோமினா நிமிர்ந்தாள். "உன் மஞ்ச பிளௌஸ் எங்கடீ?" என்றாள். பிரிசில்லா புரியாமல் திக்கினாள் "அக்கா... என்ன கேட்ட?"

ஆனால் ஃபிலோமினா காத்திருக்கவில்லை. எழுந்து போய் அவள் அலமாரியை திருப்பிப்போட்டாள். தேடி பிரிசில்லாவின் ரவிக்கை ஒன்றை எடுத்தாள்.

தேன் நிறமா? செண்பகப்பூ நிறமா? அல்லது மின்மினியின் ஒளிநிறமா? அவள் அந்த மஞ்சள் ரவிக்கையை கைகளில் ஏற்றி அணிந்து கண்ணாடியில் சரிபடுத்திக்கொள்வதை பிரிசில்லா என்ன சொல்வதென்று தெரியாமல் பார்த்துக்கொண்டு பதைபதைக்க நின்றாள்.

ஃபிலோமினா நீலநிறப் புடவையை எடுத்துப் பிரித்து விறுவிறுவென்று உடுத்தினாள். ஆகாயநீலம். மஞ்சள் நிறத்தில் ஒளிப்புள்ளிகள். மடிப்புகள் சரியாக விழாதபோது பிரித்து மீண்டும் கட்டினாள். பொறுமையின்றி உச் என்றாள். பிரிசில்லா அவளையறியாமலேயே ஓடிவந்து காலருகே அமர்ந்து அடிமடிப்புகளை சரிசெய்தாள்.

நீவி மடிப்புகளை சீராக அடுக்கி முந்தானையிட்டதுமே ஃபிலோமினா வேறொருத்தியாக வளர்ந்துவிட்டது போலிருந்தாள். அந்த வேறொருத்தி கைகளில் வளையல் அடுக்கினாள். கண்ணுக்கடியில் மையிட்டுக்கொண்டாள். கூந்தலை காதோரம் எடுத்துச்சுருட்டி பின்தலையில் ஒரு நொடியில் பொருத்திக் கொண்டாள்.

குரல் கம்ம, "அக்கா அல்லிப்பூ மாதிரி இருக்க தெரியுமா," என்றாள் பிரிசில்லா. அந்த வார்த்தைகள் தன் வாய்க்குள் எங்கிருந்து வந்தது என்று அவளே வியந்தாள். அங்கு நடப்பது எல்லாமே தன் வயதை மீறிய ஒன்று என உணர்ந்தாள். ஃபிலோமினாவுக்கு எதுவுமே காதில் விழுந்ததாகத் தெரியவில்லை.

மிகுந்த யோசனைக்குப் பிறகு, இன்னும் மெதுவாக, "அக்கா, இந்நேரத்துக்கு அந்தப் பையனோட டிரெயின் கிளம்பியிருக்கும்னு நினைக்குறேன்," என்றாள் பிரிசில்லா. ஃபிலோமினா கண்ணாடிக்குள்ளிலிருந்து, "ம்?" என்றாள்.

நிறைவடைந்ததும், பிரிசில்லா நோக்க, அவள் நிதானமாக வீட்டின் நீளத்தைக் கடந்து நடந்து வந்தாள். வாசல் கதவைத் திறந்து போட்டு நிலைப்படியில் நீலப்புடவை சரசரக்க நின்றாள். சாரல் நின்று மேகங்கள் பிரிந்து சென்றுகொண்டிருந்தன. மழை புத்துயிர் புகட்டியிருந்த சாலையில் அவள் பாதத்தை வைத்தபோது மேகங்களுக்கு இடையே ஒரு ஒளிக்கீற்று பிளந்து வந்து பேரழகியாகத் தெரிந்த ஃபிலோமினாவைத் தொட்டது.

(சொல்வனம், நவம்பர் 2019)

தேள்

1

ஒரு ஊரில் வாழும் அனைவரும், அவரவர்களின் அறைகளில் வீடுகளில் அலுவலகங்களில், ஒருநாள், எங்கு பார்த்தாலும் தேள்களாக இருப்பதைக் காணத்தொடங்குகிறார்கள் என்றால், என்ன நினைப்பீர்கள்?

பழுப்பும் சிவப்பும் கருப்புமாக நிறம் நிறமாகஎங்கும் தேள்கள். குட்டிகளைச் சுமந்தபடி சில. ஒன்று மற்றொன்றை உண்டபடி சில. கொடுக்கைத் தூக்கியபடி ஆறு கால்களில் குருக்குருக்கென்று வினோத அசைவுகளுடன் மெல்ல அடியெடுத்து நடந்தபடி சில. தாட்டானாகத் தனித்திருந்து விஷம்வளர்க்கும் கருந்தேள்கள் சில. சர்க்கரை டப்பாவைத் திறந்தால் தேள். கதவிடுக்கில் தேள். அலமாரிகளில் புத்தகங்களின் முதுகுத்தண்டுகளில் பலவிதத் தேள்கள் ஏறி இறங்குகின்றன. தரையில் அவை நடமாடுகின்றன. கழிப்பறைகளில் இருக்கையடியில் குழுமுகின்றன. கோப்புகளைத் திறந்தால் கருந்தேள் ஒன்று சாவகாசமாக, உடல் அதிர, கொடுக்கு லாவகமாக அசைய, வெளிவந்து உடல் மீது ஊருகின்றது. படுக்கைகளில் தேள்கள் ஏறுகின்றன என்று கட்டிலின் நான்கு கால்களையும் நீர்நிரப்பிய ஜாடிகளில் முக்கி வைத்தனர் மக்கள். அதையும் மீறி தேள்கள் ஏறி வந்து இரவெல்லாம் அவர்களின் உடல்கள் மீது சல்லாபம் செய்தன. பகல் விடிந்ததும், அதன் மயிலிறகுக்கால்களும், குளிர்ந்த கொடுக்குமுனை வாலும் உடலைத் தொட்டுச் சிலிர்த்திட வைக்க, அவை இறங்கிச்சென்றன.

தேளோடு கூடி பயமும் அவ்வூரில் குடிகொண்டது. இரவெல்லாம், பகலெல்லாம், தேள்பயத்தால்விறைத்து நடுங்கியிருக்கும் மக்கள் அனைவரும், தங்கள் கனத்த கருங்கற்சிலுவைகளை கையில் இறுக்கிக்கொண்டு, மனோதிடம், தைரியம், மனோதிடம், தைரியம் என்று ஜெபமாகப் பிதற்றியபடி இருந்தார்கள்.

மருத்துவமனைகளில் முதலில் பத்து, இருபது என்று வரத்தொடங்கினார்கள். பிறகு ஒரு நாளைக்கு நூற்றுக்கணக்கான மக்கள் வந்தபடி இருந்தார்கள். வலியில் முனகிக்கொண்டு, பயத்தில் கதறிக்கொண்டு, சிலுவையைப் பிடித்தபடி உளறிக்கொண்டு. "உங்கள் உடலில் எங்குமே விஷக்கடி இல்லையே," என்று மருத்துவரும் செவிலியரும் எவ்வளவு சொன்னாலும் நம்ப மறுத்தார்கள். சிலர் குரலெழுப்பிக் கதறி அழுவதைக் கண்டதும் விஷமுறி மருந்தும் கொடுத்துப்பார்த்தார்கள். அழுகை சிலநிமிடங்களுக்கு நிற்கும். மூச்சு இறைத்தபடி, "நன்றி! நன்றி! சிலுவை வாழ்க! சிலுவைக்கொடையின் அடியில் அமைந்த நம் அரசு வாழ்க! சிலுவையடி உங்களைக் காக்கும்! உங்களைக் காக்கும்!" என்று கரகரவென்று முனகுவார்கள். ஆனால் அந்த நிம்மதி சில நொடிகளுக்குத்தான். உட்கார்ந்த இடத்திலிருந்து குதித்தெழுந்து, "அய்யோ இங்கும் தேள்கள் இருக்கின்றனவே! வீட்டிலும் தேள்கள்! இங்கும் தேள்கள்! எங்கும் தேள்! இவை என்னை நிம்மதியாகவே இருக்கவே விடாதா?" என்று ஓலமிடத் தொடங்கி அங்கிருந்து ஓடிவிடுவார்கள்.

ஒருநாள் அந்தக் கூட்டத்தில் மருத்துவர்களும் சேரத் தொடங்கினார்கள். ஒரு மருத்துவர் தன் கழுத்தில் இருந்த இதயத்துடிப்புப் பரிசோதனைக் கருவி, பெரும் கருந்தேள் ஒன்றின் கொழுத்த கொடுக்காக மாறிவிட்டிருந்ததையும், சட்டென்று எட்டி நோக்குகையில் அதன் கூறிய நுனி மேலே வளைந்து முகத்துக்கு நேராக இடமும் வலமுமாக ஆடிக்கொண்டிருப்பதையும் கண்டாள். காதுகளில் தேளின் இடுக்கிக்கைகளைப்போல் கொடுக்-கொடுக் என்ற மெல்லிய ஓசை. "ஆ" வென்று அலறிக்கொண்டு அவள் ஓடியது துரதிருஷ்டவசமாக வாய்பிளந்து திறந்திருந்த ஜன்னலை நோக்கி. எட்டாவது மாடியிலிருந்து விழுந்ததால் அவள் பிழைக்கவில்லை.

மருத்துவமனையில் தேள் ஊரத்தொடங்கியதும் மருத்துவர்களுக்கே தேள் பயம் வரத்தொடங்கியது. அவர்களும் வீட்டிலேயே இருந்தபடி, கறுப்பாக எதையாவது கண்டால் பயத்தில் உடல் அதிர்ந்து நடுங்கி, மனோதிடம், தைரியம் என்று ஜெபித்தபடி தேள் வரக் காத்துக்கொண்டிருந்தார்கள். அவர்களும் ஓரிரு நாட்களில் காணாமல் போனார்கள்.

ஊரை ஓலங்கள் நிறைத்தன.

ஊர்நடுவில் ஓடிய நதியில் மண்டிக்கிடந்தன மனித உடல்கள்.

2

பெரும் சிலுவை வடிவில் அமைக்கப்பட்ட அவ்வூரின் அரசுக்கட்டிடத்தில், சிலுவையின் இருகட்டைகளும் இணைந்த புள்ளியில் இருந்த அரசரின் குடியிருப்புக்கு அடுத்தபடியாக இருந்தது அவ்வரசின் போர் தளபதியும் பாதுகாப்பு ஆலோசகருமான லிலிடாவின் அலுவலகம்.

ஒரு வாரமாக, அவளும் மற்ற ஆலோசகர்களும் இவ்வினோத தேள் பிரமை மக்கள் மத்தியில் பரவி வந்ததை என்ன செய்வதென்று தெரியாமல் கைகளைப் பிழிந்தபடி பார்த்துக்கொண்டிருந்தார்கள். பொதுமக்களைத் தாண்டி அரசதிகாரிகளும் இதற்குப் பலியாகத் தொடங்கிவிட்டிருந்தார்கள் - சமீபத்தில் இரண்டு நீதிபதிகள். அந்த ஊரின் தலையாய மருத்துவர்களுக்கோ, அறிவியல் அறிஞர்களுக்கோ இந்த நோய் புலப்படவில்லை. அவர்களில் சிலரும் கடந்த ஒருவாரத்தில் நோய்வாய்ப்பட்டு பிதற்றி அலையத் தொடங்கியிருந்தனர். நெருக்கடி நிலை அறிவிக்கப்பட்டிருந்தது.

ஆனால் அன்றோ, லிலிடா அவளுடைய அலுவலகத்தில் இல்லை. யாருக்கும் தெரியாமல், வாடகை வண்டி ஒன்றைத் தானே ஓட்டியபடி, ஊருக்கு புறநகரில் வாழ்ந்த அவளுடைய இணைச்சகோதரன் லூசிஃபைக் காணச் சென்றிருந்தாள்.

துவைத்து பலநாள் ஆன கருப்புச்சட்டையும், பழுப்பு நிறத்தில் கொசகொச குதிரைவாலும், எலும்புக்கூடு போன்ற உடலுமாக லூசிஃப் தன் வெண்பளிங்கு ஆய்வுக்கூடத்தில் ஒரு மூலையில் எதையோ புகைத்துக்கொண்டிருந்தான். லிலிடாவை கண்டதில் அவனுக்கு வியப்பு இல்லை என்பது போல் அவள் வருகையை ஏறிட்டுப்பார்த்தான்.

“செய்திகளைப் பார்த்தாயா?” என்று வினவியபடியே நுழைந்தாள் லிலிடா.

“பார்த்தேன்.”

“உன்னுடையது எல்லாம்...”

“என்னுடையது எல்லாம் இருக்கவேண்டிய இடத்தில் பத்திரமாக இருக்கின்றன.”

“நிச்சயமாக?”

லூசிஃப் முகமுயர்த்தி அவளை நோக்கிப் புன்னகைத்தான். வயதான புலியின் மஞ்சப்பற்கள் அவனுக்கு.

“இங்குத் தேள் பயம் இல்லையா யாருக்கும்?”

“நாங்கள் உன்னைப்போல் நகரவாசிகள் இல்லையே? இங்கே எல்லாமே மெதுவாகத்தான் வரும்.”

லிலிடா ஓர் இருக்கையில் அமர்ந்து தலையைக் கைகளுக்குள் புதைத்துக்கொண்டாள். “அங்கு ரணகளமாக உள்ளது.”

“நீ முன்னிருந்து நடத்திய போர்களை விடவா?”

லிலிடா நிமிர்ந்து அவன் கண்களை நோக்கினாள். “போர் என்ன பெரிய போர். அது எளியது. இந்த விவகாரம் எவ்வளவு பீதியை உண்டக்கிவிட்டது தெரியுமா? அரசரின் அறைக்கு எவ்வளவு பாதுகாப்புகள் போட வேண்டியிருக்கிறது தெரியுமா? அரசர் அவர் அறையை விட்டு ஒரு வாரமாக வெளிவரவில்லை. தேள்களுக்காகத் துழாவித் தேடிப்பார்த்துவிட்டோம். ஒரு குண்டூசி கூட உள்ளே நுழைய முடியாது இப்போது...”

“இருந்தாலும் நீ இங்கு இருக்கிறாய்.”

“ஆம். இன்று காலை, என் அறையில் ஒரு கருந்தேளைக் கண்டேன்.”

லூசிஃ புருவங்களை உயர்த்தினான்.

“எனக்குத் தெரியும், அது பிரமைதான் என்று. இருந்தாலும் உடம்பெல்லாம் அவ்வளவு பீதி. தேள் உருவத்தைக்கண்டு பீதியா, இல்லை இந்த வியாதி எனக்கும் வந்துவிட்டது என்ற பீதியா, இல்லை இந்த வியாதியின் அம்சமே இந்த விசேஷ பீதியா என்று தெரியவில்லை. அதைப் பார்க்கவே சகிக்கவில்லை. அருவருப்பாக, அசிங்கமாக, உடம்பில் வரக்கூடாத இடத்தில் வந்த கட்டி போல...”

“உனக்குச் சிறு வயது முதல் தேள் என்றால் பயம் தானே?”

லிலிடா முறைத்தாள். “எனக்குச் சிறுவயது முதல் எதைக்கண்டும் பயம் இல்லை, லூசிஃப். அது உனக்கும் தெரியும். பயம் இருந்தாலும் மனோதிடமும் தைரியமும் கொண்டு என் பயத்தை நானே களைந்தே ஆக வேண்டும். இந்த அரசின் போர் தளபதி மற்றும் பாதுகாப்பு ஆலோசகர் நான். பாதுகாப்பு ஆலோசகர்களுக்குப் பயம் இருந்தால் அவர்கள் பாதுகாப்பு ஆலோசகர்களாக இருக்க முடியாது.”

“ஆம், உனக்கும் இந்த வியாதி வந்து விட்டதை உன்னுடைய அரசு தெரிந்துகொண்டால் நீதிபதிகள் இருவருக்கு நடந்தது போல் உன்னையும் ஏதாவது சிறையில் அடைத்துப்பூட்டி சாவியை நதிக்குள் வீசி எறிந்துவிடுவார்கள்.”

“பேசாமல் இரு!” லிலிடாவின் கண்களில் அனற்பொறிகள். “வாய்க்கு வந்தபடி பேசாதே. நம்மை வளர்த்தெடுத்து சோறு போட்டது இந்த அரசுதான், மறந்துவிட்டாயா? உனக்கு அரசு ஒத்து வரவில்லை என்பது தெரிந்த செய்திதானே. என் தம்பி என்பதால் என் அதிகாரத்தைப் பயன்படுத்தி உனக்கு இங்கு ஒரு ஆய்வுக்கூடம் ஏற்பபடுத்திக் கொடுத்திருக்கிறேன். இல்லையென்றால்...”

“இல்லையென்றால் என்னையும் அரச துரோகி என்று என்றோ கதை முடித்திருப்பீர்கள், அதானே?” கசப்புடன் சிரித்தான் லூசிஃப். “இங்கு மட்டும் என்ன ஆராய்ச்சி செய்ய முடிகிறது? உடலில் ஒரு கீறலும் விழாமல் உச்சபட்ச வலியைத் தூண்டுவது எப்படி. விஷங்களைச் செலுத்தி மனிதர்களைப் புழுக்களைப் போலத் துடிக்கச்செய்வது எப்படி. மன அழுத்தம் உண்டாக்கி மனங்களைப் பிழற்வு கொள்ளச்செய்வது எப்படி. இதைக் கண்டுபிடிக்கத்தானே நான்? என் கண்டுபிடிப்புகளை உங்கள் போர்க் கைதிகள் மீதும், அரசியல் எதிரிகள் மீதும் பயன்படுத்தி வெற்றிகளைக் குவிக்கலாம் அல்லவா? எனக்குப் பிடித்தாலும் பிடிக்கவில்லையென்றாலும், நானும் உன் அரசும் வெவ்வேறல்ல. உன் அரசின் அத்தனை போர் வெற்றிகளிலும் எனக்கும் பங்குண்டு.” மீண்டும் அந்தக் கசப்பான சிரிப்பு.

“அப்படியல்ல லூசிஃப்,” லிலிடாவின் குரலில் ஒரு குழைவுத்தன்மை குடிகொண்டது. தன் கருங்கற்சிலுவையை எடுத்து மேசை மீது வைத்தாள். “இரண்டாம் பெரும் பஞ்சத்தில் அப்பா, அம்மா, உறவினர்கள் யாருமே பிழைக்க மனோதிடமும் தைரியமும் இல்லாமல் இறந்தார்கள். நாம் சிறுவர்கள்தான், ஆனால் நாம் மட்டும் திடமனத்தோடு உயிர்வாழ்ந்தோம். நினைவிருக்கிறதா, ஒருநாள் எங்கிருந்தோ என் கையில் சிறகடித்துப் படபடத்த ஒரு சிட்டுக்குருவியைப் பிடித்து வந்தேன். உனக்குப் பசி மயக்கம், ஆனாலும் அதைக்கொல்ல உனக்கு மனம் வரவில்லை. வேண்டாம், வேண்டாம் என்று தலையசைத்தாய். ஒரே பாய்ச்சலில் அதன் கழுத்தில் என் பற்களை இறக்கி உடலில் இருந்த கொழுப்பை கடித்து உனக்குப் புகட்டினேனே?”

லூசிஃப் சிவந்த கண்களால் லிலிடாவைப் பார்க்க முடியாமல் இடமும் வலமும் தலையசைத்தான். “அது சிட்டுக்குருவியா? அது சிட்டுக்குருவியா?”

“எதுவாக இருந்தால் என்ன? அப்படித்தானே அன்று பிழைத்தோம்? அதன்பின் அரசு நம்முடைய மனோதிடத்தையும் தைரியத்தையும் கண்டு நம்மைத் தத்தெடுத்துக்கொண்டது. படிக்கவைத்தது. வாழவைத்தது.”

லூசிஃப் தலையைத் திருப்பிக்கொண்டான். பின் அவளை நோக்கி, "பெரும்பஞ்சங்களை ஈனமான, தெம்பில்லாத மக்களைக் களைய உன்னுடைய அரசுதான் உருவாக்குகிறது என்பதை நீ அறிவாயல்லவா?"

லிலிடா சிரித்தாள். "ஆமாம், அதனாலென்ன? அதானே நம்முடைய அரசின் நியதி? நாம் வெற்றிபெற்றவர்கள், லூசிஃப். மனோதிடமும் தைரியமும் கொண்டவர்களை மட்டுமே தேர்ந்தெடுத்து தன் பிரஜைகளாக ஆக்கிக்கொண்டுள்ளதல்லவா நம் அரசு? அதனால்தானே இது உலகத்திலேயே வலுவான நாடாக நிற்கிறது? நம் அரசு அமைக்கப்பட்ட மூல தருமமே இந்தச்சிலுவை தருமம் தானே?"

தன் சிலுவையைத் தூக்கி கையில் திருப்பிப்பார்த்தாள். "சிலுவை என்பது என்ன? பெரிய கட்டை சிறிய கட்டையைக் குறுக்கி நிற்கிறது. மனோதிடமும் தைரியமும் கொண்ட பெரியவை எல்லாம், உலகத்தில் உள்ள சிறியவைகளைக் குறுக்கி ஆளும். ஆளவேண்டும். பெரிய மீன் சின்ன மீனை உண்பது போல். இதுதான் உலக நியதி. இங்கு ஈனமான ஜீவனெல்லாம் சாக வேண்டும். அவ்வளவுதான். போரால், பஞ்சத்தால் துவண்ட சிற்றரசுகளைத் தன் சிலுவைக்கடியில் ஒருங்கிணைக்க முயற்சித்தார் முதலாம் சிலுவையடி பேரரசர். மனோதிடமும் தைரியமும் கொண்ட உயிர்கள் அவர்களின் கஷ்டங்களை மீறி அரசின் கட்டமைப்பில் உதவ வந்தனர். மற்றவர்கள் - அதுதான் வழி! - மாண்டனர். அல்லது அழிக்கப்பட்டனர். இந்தச் சிலுவை வழி மட்டுமே உலகின் நிதரிசனம். சிலுவை வாழ்க! சிலுவைக்கொடையின் அடியில் அமைந்த நம் அரசு வாழ்க!", ஓங்கி உரைத்தாள்.

"அப்போது சிலுவைமைந்தன்?"

கண்களைச் சுருக்கினாள். "உனக்கு அவனைப்பற்றி எப்படித் தெரியும்?"

"நான் கொஞ்சம் வரலாறு படிக்க முயற்சி செய்திருக்கிறேன்."

"என்ன உளருகிறாய். அது வரலாறல்ல. கட்டுக்கதை. எந்தக் காலத்திலோ வாழ்ந்த மனிதன் ஒருவன் அதுவரை வந்த, வரப்போகிற மக்களுக்காகத் தானே வலிந்து சிலுவையில் ஏறினானா? நல்ல கதை. ஆவணக்கிடங்குகளில் இருக்கும் ஆதாரத்தை எடுத்துப்பார். நீ சொல்லும் மனிதனைப்போல யாரும் இருந்ததே இல்லை என்று சந்தேகத்திற்கு இடமில்லாமல் பல நூற்றாண்டுகளுக்கு முன்னாலேயே நிரூபிக்கப்பட்டுவிட்டது. அக்கதைகளை உருவாக்கியவர்களும் தாங்கள் பொய் சொன்னதாக

ஒப்புக்கொண்டு விட்டார்கள். அதற்காக அவர்கள் தண்டிக்கப்பட்ட இடத்தில்தானே இன்று நமது அரசின் நீதிமன்றக்கட்டிடம் நிற்கிறது? அந்த வரலாற்றை நீ படிக்கவில்லையா?

"அப்படியே அப்படி ஒருவன் இருந்திருந்தாலும், அவனே ஈனன். அவனால் என்ன விதமான மன்னிப்பை அருளியிருக்க முடியும்? அப்படிபட்ட ஈனனை ஏன் கொண்டாட வேண்டும்? நீ சொன்ன கட்டுக்கதைகள் மிகவும் ஆபத்தானவை. அவை சிலுவையின் அர்த்தத்தை வேண்டுமென்றே திரிக்கப்பார்க்கிறது. மனிதர்களை ஈனர்களாக மாற்றப்பார்க்கிறது. அது இயற்கைக்கு மாறானது.

"இப்போது பார். தேள்களைக் கண்ட அனைவரும் பயத்தில் நடுங்கியபடி, மனம் பிழன்றபடி ஆகிவிட்டார்கள். தற்கொலை செய்துகொள்கிறார்கள். ஆனால் நான் அதீத மனோதிடமும் தைரியமும் கொண்டவள். என் பயத்தை வெல்லவேண்டும் என்ற குறியோடு உன்னைத்தேடி வந்துள்ளேன். ஆகவே இந்தத் தேர்வில் நான் வெற்றிப் பெறுவேன்," லிலிடா முடித்தாள்.

"உன்னுடைய பயத்தை உன்னுடைய அரசு ஏற்றுக்கொள்ளாது என்ற பயம் உனக்கு," என்றான் லூசிஃப், அவள் பக்கம் பார்க்காமல். "சரி, நான் உனக்கு என்ன செய்ய வேண்டும்?"

"உன்னுடைய விஷ ஆராய்ச்சிக்கு நீ இங்குத் தேள்களை வைத்திருக்கிறாய் அல்லவா? எனக்கு ஒரு தேளை தொட்டுப் பார்க்கவேண்டும். அதை என் மீது ஏற விட்டுப்பார்க்க வேண்டும்."

லூசிஃப் திடுக்கிட்டான். "ஏன்?"

"பயத்தை வெல்ல அதுதான் ஒரே வழி. போர்க்களத்தில் நாங்கள் இதைத்தான் செய்வோம். நிணம், குருதி, சித்ரவதை இதை எந்த ஒரு போர்வீரனும் முதல்நாள் காணும்போது அஞ்சத்தான் செய்வான். அதனால் அவனைப் போருக்கு அனுப்புவதற்கு முன்னாலேயே காயத்துக்கும் வலிக்கும் போரின் நிதர்சனகளுக்கும் முழுவதுமாகப் பழக்கப்படுத்திவிடுவோம்."

அவளுடைய கண்கள் மின்னின. லூசிஃப் கண்வாங்காமல் அவளைப் பார்த்தான்.

"கட்டாயம் செய்தாகத்தான் வேண்டுமா?"

"ஆம். உறுதியாக."

லூசிஃப் அவளையே பார்த்துக்கொண்டிருந்தான். அவன் கண்களில் ஏதோ மாறியது.

“சரி, வா.”

நீளமான பளிங்கறை ஒன்றிற்குள் லூசிஃப் லிலிடாவை அழைத்துச் சென்றான்.

3

விஷப்பாம்புக் கூண்டுகளைத்தாண்டி, விதவிதமான விஷநத்தைகளின் கூடுகளைத்தாண்டி, நாலடி நீளமும் நானூறு கால்களுமான பூரானின் கூட்டைத்தாண்டி, கருமுடி மண்டிய கருப்பு விதவை சிலந்திகளின் கூடுகளைத்தாண்டி, எல்லாவற்றிற்கும் அரசர்களாகக் கண்ணாடிப் பெட்டிக்குள் வீற்றிருந்தன கருந்தேள்கள்.

கையில் சிலுவையைப் படித்தபடி, லூசிஃபுக்கு அருகில், அதனெதிரில் நின்றாள் லிலிடா. மூச்சுக்கடியில் “மனோதிடம்! தைரியம்!” என்று திரும்பத்திரும்பச் சொல்லிக்கொண்டிருந்தாலும் பயம் அவளை ஆட்கொண்டிருந்தது. அவள் உடல் வேர்த்தது. கை நடுங்கியது. கால்கள், உடல், கொடுக்கு என்று தேளின் அசைவுகள் அத்தனையும் பார்க்கப்பார்க்க அவளுடைய உடல் மீது அது அவ்வசைவுகளை நிகழ்த்துவதாக அவள் உணர்ந்தாள். மேனி சிலிர்த்தது. கண் வைத்துப் பார்க்க முடியவில்லை.

அதேநேரம், அந்தத் தேளின் உருவத்திலிருந்து கண்களை எடுக்கவும் முடியவில்லை. இனி எப்போதுமே எடுக்கவும் முடியாது என்ற எண்ணம் திடீரென்று உருவானது. அதன் ஒவ்வொரு அசைவுக்கும் ஏதோ வினோத கவர்ச்சி இருந்தது. இடமும் வலமும் சுழன்ற அதன் கொடுக்குக் கருப்பு முத்துக்களைக் கோர்த்து செய்தாற்போல் இருந்தது. அல்லது கருப்பு கட்டிகளை. கட்டியை விரல்களுக்கு நடுவில் அழுத்தவேண்டும் என்று தோன்றுவது போல், அதை அமுக்கினால் வலித்தாலும் சீழ் வடிவத்தைப் பார்க்கும் சுகத்தைப் போல் - இந்த வினோத ஜீவனை - இல்லை, இது உயிர் இல்லை - உயிர் இல்லை என்றால் பிறகென்ன? - இந்த அருவருப்பை-அழுத்திப் பார்க்கவேண்டும் என்று தோன்றுகிறதே? அப்போது அதன் உடலிலிருந்து ஒரு கருப்புத் திரவம் - அதன் நாற்றத்தை இப்போதே நுகர முடிகிறதே? - பீற்றிக்கொண்டு வருமா? அதுகூட வேண்டாம். அதன் கொடுக்கின் கருப்பு முனையை மட்டும் ஒரே ஒருமுறை தொட்டுப்பார்க்க வேண்டும். ஒரே ஒரு தொடுகை, அவ்வளவுதான். ஒரே ஒருமுறை. ஒரே ஒருமுறை...

“லிலிடா. இதை என்றாவது உன்னிடம் சொல்லி விட வேண்டியதுதான் என்று நினைத்துக்கொண்டிருந்தேன்,” கனவைக்

கிழித்து வருவது போல் எங்கிருந்தோ தூரத்திலிருந்து லூசிஃபின் குரல். "உலகத்திலேயே பெரிய போதை எதுவென்று உனக்குத் தெரியுமா?"

கனவிலிருந்து எழுந்தது அவள் குரல் "உம்?"

"உலகத்திலேயே பெரிய போதை பயம்தான். பயந்து, பயத்தை வென்று, மீண்டும் பயந்து, பயத்தை வென்று, பயம் நம்மைச்

சுழற்றியடிக்கும்... இங்கே பார்!" சட்டென்று தன்சட்டை கைகளைக் மடித்துவிட்டுக்கொண்டான். லிலிடா அவன் பக்கம்த திரும்பினாள். மூச்சை உள்ளிழுத்தாள். கருந்தேள் கண்ணாடி பெட்டியின் ஓரத்தில் வாலசைத்தது.

"அத்தனையும் விஷக்கடிகளா?"

லூசிஃப் தலையசைத்தான். "அத்தனையும்."

"இவற்றைப் பராமரிக்கும் போது ஏற்பட்டவையா?"

"இல்லை. இந்த ஊர்மக்கள் அனைவருக்கும் இப்போது வந்துள்ள தேள் பயம் எனக்கு வெகுநாட்கள் முன்னாலேயே வந்துவிட்டது. நானும் அதை வெல்லத்தான் இதைச்செய்கிறேன். ஒவ்வொரு முறையும் ஒரு தேளை கவனமாகப் பிடித்து என் உடல் மீது படர விடும்போது உண்டாகும் பேரச்சமும் உச்ச பரவசமும் இருக்கிறதே... எப்படிச் சொல்வேன் அதை? முதலில் அதைத் தொட்டாலே அருவருப்பாக இருக்கும். ஆனால் உடல் மீது நடக்கும் உணர்வு மயிலிறகு வருடுவது போல் இருக்கும், அவ்வளவு மென்மையானது. அதே நேரத்தில், அது விஷப்பூச்சி என்ற அறிதல் கூடவே இருக்கும். அது உடல் மேல் ஊர்ந்து எங்குப் போகும்? எப்போது கொட்டும்? என்று காத்துக்கொண்டிருப்பதில் இருக்கும் பயம் தரும் உச்சத்தை எப்படி விவரிப்பேன்?

"இந்தக் கருந்தேள் இருக்கிறதே? ஒரு வாரம் முன்னால் அதனுடன் விளையாடிக்கொண்டிருந்தேன். அது கழுத்துவரை ஏறிவிட்டது. ஆனால் கொட்டவில்லை. காத்திருந்த ஒவ்வொரு நொடியும் தெளிவாக நினைவில் நிற்கிறது. கொட்டியபோது தன் வாலை வீசிய வீச்சைப் பார்க்கவேண்டுமே. வலியில் எனக்கு ஒரு நொடி கண்பார்வையை மங்கிவிட்டது. அப்படியே இறங்கிப் போனது. போகும்போது கையெல்லாம் கொட்டு. அவ்வளவு விஷம் அதற்கு. எப்படியோ அதை அடக்கி பெட்டியில் போட்டுவிட்டு முறிமருந்தை உடனே செலுத்திக்கொண்டேன். இல்லையென்றால் அந்த அளவு விஷத்துக்கு நான் இறந்திருக்கலாம்."

லிலிடாவின் முகம் வெளிர்ந்திருந்தது. "உன் உடலில் விஷம் ஏறவில்லையா?"

லூசிஃப் கலகலவென்று சிரித்தான். "என்னைப் பார்த்தல் எப்படித் தெரிகிறது? லிலிடா, என் உடல் முழுவதும் விஷம். இப்போது நான் உன்னைக் கடித்தால்..." பற்களைக் கடித்து இளித்தான். "உனக்கொன்று தெரியுமா? அடுத்தமுறை இந்தக் கருந்தேளை என்மேல் விட்டுக்கொள்ளும்போது விஷமுறி மருந்து போட்டுக்கொள்ள வேண்டாம் என்று நினைத்துக்கொண்டிருக்கிறேன். உடலில் அவ்வளவு விஷம் மண்டியுள்ளது, இன்னும் கொஞ்சம் என்ன செய்யும்?"

"உனக்குப் பைத்தியமா?"

"உலகத்தில் எவ்வளவோ பைத்தியக்காரத்தனம் இருக்கிறது. இதுவும் ஒரு ஓரமாக இருந்துவிட்டுப் போகட்டுமே?"

லிலிடா அந்தக் கருந்தேளை பார்த்தாள். பின் லூசிஃபின் கைகளைப் பார்த்தாள். அவன் விரல்கள் கூடத் தேள் வடிவு கொண்டிருக்கின்றனவே? அவன் கண்களுக்குப் பித்துப்பிடித்து விட்டனவா? அவற்றில் அந்த ஒளி எங்கிருந்து வந்து குடிகொண்டது?

"நீயும் உன் பயத்தை வெல்லத்தானே வந்தாய்? வா. உன் கையை நீட்டு. தேளைப் பிடி."

லிலிடாவுக்கு ஏதோ புதுவித பயம் தலைக்கேறியது.

"இல்லை. இன்று வேண்டாம்..."

"அடக்கண்டராவியே. இவ்வளவு தூரம் முன்னேறிவிட்டு யாராவது பின்னகர்வார்களா? வா, வா. ஒருமுறை தொட்டுப்பார்த்துவிடலாம். எங்கே போச்சு, உன்னுடைய மனோதிடமும் தைரியமும்?"

சுற்றி இருந்த கண்ணாடிப்பெட்டிகளில் பாம்புகள் சீறின. நத்தைகளும் பல்லிகளும் தலையைத் திரும்பிப்பார்த்தன. தூரத்தில், மூலையில், கண்ணாடிப்பெட்டியில் அந்தக் கருப்பு உருவத்தின் நிழல். இரண்டு கைகளும் கொழுத்த உடலும் கொட்டவரும் வாலும் அதன் முனையில் கொடுக்கும். மீண்டும் அதன் வாலில் அந்த வசீகர ஊசல்!

லூசிஃப் முன்னால் நடந்து சென்று பெட்டியைத் திறந்துகொண்டிருந்தான். அவன் திறப்பதைப் பார்த்த கருந்தேள் பெட்டியின் மூலைக்கு ஓடி மறுச்சுவற்றில் ஏறியது. லூசிஃப் இரும்புக் கையுறைகள் போட்டுக்கொண்டு கையை உள்ளே விட்டு அதைப் பிடித்தான். தேள் அவன் கையுறைக்குள் திமிர்ந்து கொடுக்கைச் சுழற்றியது.

லிலிடா சிலுவையைப் பிடித்தபடி நின்றாள். அவளால் முன்னாலும் வர முடியவில்லை, பின்னாலும் நகர்ந்து செல்ல முடியவில்லை.

“வா! வந்து பிடி! அப்படியே கையை நீட்டுப் பார்ப்போம்!”

“வேண்டாம்! வேண்டாம்! சிலுவை வாழ்க... வேண்டாம்! மனோதிடம்! தைரியம்! தைரியம்!” அவள் அலறினாள்.

லூசிஃப் இரண்டு எட்டில் அவளை அடைந்து, அவள் கையைப் பிடித்து, எதையோ அதன்மீது போட்டான். பெரிதாக, கருப்பாக, வெறும் விஷமுனையாக, ஏதோ ஒன்று அவள் மீது ஏறியதை அவள் மந்தகதியில் உணர்ந்தாள். காலையில், தன் பிரமையில் கண்டது இதைத்தான், இதைத்தான், இதைத்தான்...

லூசிஃப் சிரிக்கத்தொடங்கினான். நத்தைகளும் பாம்புகளும் அவனைத் திரும்பிப்பார்க்கும்படியான பேரரவச்சிரிப்பது.

“வேண்டாம்! வேண்டாம்!” ஒரு நொடிக்கு அதன் ஸ்பரிசத்தை உணர்ந்தாள். நெஞ்சத்தின் மையத்தில் விறைப்படையச் செய்யும் குளிர். அவள் அறியாமலேயே கையை உதறினாள். கருப்பாக ஏதோ கீழே விழுந்தது.

லூசிஃப் இன்னும் சிரித்துக்கொண்டிருந்தான். அவள் திரும்பிப் பார்க்காமல் அந்த அறையை விட்டு, அந்தக் கட்டிடத்தை விட்டு வெளியே ஓடினாள். வண்டியில் ஏறிக்கொண்டு அதிவேகமாக ஓட்டிக்கொண்டு தன் அலுவலகத்துக்கு வந்து சேர்ந்தாள். தெருக்கள் காலியாக இருந்தன. மூச்சு முட்டக் கட்டிடத்துக்குள் ஓடினாள். அங்கு யாருமே இல்லை. ஏதேதோ தாள்கள் அங்குமிங்குமாகப் பறந்துகொண்டிருந்தன. ஒவ்வொரு தளமாகத் தேடினாள். ஒரு ஆள் அரவம் இல்லை. தன்னுடைய அறையை அடைந்தாள்.

கதவைத்திறந்து தன் இருக்கையில் அமர்ந்தும்தான், தான் கையில் அதுவரை வைத்துக்கொண்டிருந்த சிலுவையை உணர்ந்தாள். ஆனால் என்ன இது? இது சிலுவையல்லவே? சிலுவையின் இரண்டு கைகளும் தேளின் கைகள். சிலுவையின் நீள்முனை தேளின் கொடுக்கு. அவள் விறைத்துப் போய்ப் பார்க்கப்பார்க்க அந்த கருந்தேள் அவளுடைய கை மீது மெல்ல ஏறி கழுத்தை அடைந்தது. கடைசியாக ஒருமுறை அதன் விஷம் மண்டிய கொடுக்குக் காற்றில் சுழன்றது.

(சொல்வனம், மே 2018)

நட்சத்திரங்கள் பொழிந்துகொண்டிருக்கின்றன

மாதுளைப் பழங்களை அணில்கள் கடித்தப் பிறகே நாம் சாப்பிடலாம் என்று அம்மா சொல்வார். நான் நட்சத்திரங்களை மாதுளைப்பழங்கள் என்று நினைத்துதான் பறித்துத் தின்றேன். ஆனால் அணில்களோடு பகிரவில்லை.

முதன்முறை தெரியாத்தனமாகத்தான் தின்றேன். அப்போது பதினைந்து வயதிருக்கும். ஒருநாள் தூக்கம் வரவில்லை. மொட்டைமாடிக்குச் சென்றேன். அன்றிரவு அந்த நட்சத்திரம் மாதுளைப்பழத்தைப்போல் வீங்கி இருட்டில் சிவப்பு ஒளி வீசப் பழுத்துத் தொங்கியது. அணில் வந்துவிடப்போகிறதே என்ற பயத்தில் யோசிக்காமல் அவசரமாக எம்பிப் பறித்துவிட்டேன்.

அணில்கள் எங்கள் வீட்டில் வாடகை கட்டாமல் ஏழெட்டு தலைமுறைகளாக வாழும் விருந்தாளிகள். எங்கள் வீட்டு மாதுளை மரத்தில் ஒரு காய் கனியத்தொடங்கிவிட்டால் எங்களுக்கும் அணில்களுக்கும் போட்டி தொடங்கிவிடும். ஒவ்வொரு நாளும் நாங்களும் அதுகளும் முந்தியடித்துச்சென்று பார்ப்போம், காய் பழுத்துவிட்டதா என்று. பழுத்துவிட்ட அடுத்த நொடி அதுகளுக்கு எப்படியோ செய்தி போய்விடும். நாங்கள் அடுத்தமுறை போய் பார்க்கும்போது பழம் பாதி கடிக்கப்பட்டு பிளவுண்டு பல்லிளித்துத் தொங்கும். மண்மேல் மாணிக்கங்களாகச் சிதறியிருக்கும். அவற்றைப் பொறுக்கித் தின்றால் இனிப்பாகத்தான் இருக்கும். ஆனால் அணில்கள் தின்ற எச்சில்தான் எங்கள் மிச்சம் என்ற நினைவோடுதான் அவற்றை தின்ன முடியும். எப்போதும்.

நாங்கள் பார்த்தோம். ஒருமுறை முழுவதும் பழுப்பதற்கு மூன்று நாளுக்கு முன்னாலேயே பறித்துவிட்டோம். ஆனால் பழம் காய்வெட்டாகவே இருந்தது. அப்படியொரு கசப்பு. நாங்கள் அதனை தூர எறிந்ததைப் பார்த்த அணில்களுக்கு அன்று பொறுக்கவில்லை. வீடு முழுவதும் ஏறி இறங்கி கீச்சிக் கதறி

சுசித்ரா • 61

துவம்சம் செய்து ஒரு வழியாக்கிவிட்டன. அதன்பின் எப்போதும் அணில்களுக்கு முதல் கடியை கொடுத்துவிட்டு நாங்கள் சாப்பிட்டால் போதும் என்று அம்மா சொல்லிவிட்டார். அணில்களுக்கு வீட்டில் கிட்டத்தட்ட குலதெய்வ அந்தஸ்து அளிக்கப்பட்டது. அம்மாவுக்கு இதிலெல்லாம் நம்பிக்கை உண்டு. ஏழு ஜன்ம பந்தம், அவர் பெயர் சீதம்மா.

நான் அந்த நட்சத்திரத்தை மாதுளை என்று நினைத்து பறித்ததை அம்மா அறிந்துகொண்டால் திட்டுவார். ஆக பறித்துவிட்டு என்ன செய்வதென்று தெரியவில்லை. சற்றுநேரம் கையில் வைத்து உருட்டிக்கொண்டிருந்தேன். நட்சத்திரங்கள் இவ்வளவு வெம்மையாக இருக்கும் என்று யாரும் சொன்னதில்லை. அதிகம் யோசிக்காமல் முழுவதுமாக வாயில் போட்டு மென்றேன். கரைந்து உள்ளே சென்றது. பழத்தை போலவே சாறு இருந்தது. தொண்டையில் இலேசான வெம்மை. ஆனால் பெரிய உளைச்சல் இல்லை. நானும் அதிகம் யோசிக்கவில்லை. சாப்பிட்டு கைத்துடைத்துக்கொண்டு அப்படியே போய் அம்மா பக்கத்தில் சுருண்டுபடுத்துத் தூங்கினேன்.

அடுத்தநாள் நட்சத்திரம் செறித்துவிட்டிருந்தது. ஒன்றும் பெரிய வேறுபாடில்லை.

ஆனால் மேலும் சிலநாட்களில் நகங்களில் அதன் ஒளியைக் கண்டேன். எப்படியோ நான் விழுங்கிய நட்சத்திரம் உடல்முழுவதும் ஊர்ந்து வழிதேடி நகமுனையில் வந்து சேர்ந்திருக்கவேண்டும். மருதாணி வைக்கும்போது நகத்துக்கும் சேர்த்து வைக்கும்படி அம்மாவை கேட்பேன். எல்லோருக்கும் நகங்களில் ஆரஞ்சு நிறத்தில் மருதாணி பிடிக்கும். எனக்கு என்றுமே அடர்சிவப்பு. ஆம் நகமும் சிவப்பு.

ஆனால் நட்சத்திரம் பூத்த நகங்கள் வேறு நிறம் கொண்டவை. இளஞ்சிவப்பு. ஊதா. மஞ்சள். எல்லாம் கலந்த நிறம். பனிக்கட்டியில் வெயில்விழும் நிறம். மங்களமான, நிதானமான ஒளி. நட்சத்திர நிறம்.

இரகசியமாக, யாருக்கும் தெரியாமல், நட்சத்திரங்களைப் பறித்து விழுங்கிக்கொண்டிருந்தேன். வட்ட வட்ட மாதுளைப்பழங்கள். வட்ட வட்ட நிறத்தட்டுகள். வட்ட வட்ட தூக்கமாத்திரைகள். அவை கண்களில் கூந்தலில் விரல்களில் நகங்களில் ஏறிக்கொண்டன. அணில்கள்தான் முதலில் கவனித்தன. கோபமாக குரல் எழுப்பின. அம்மாவிடம் சொல்லிவிடுவேன் என்று மிரட்டின. நான் கண்டுகொள்ளவில்லை. அதற்குள் நான் நட்சத்திரமழையை கண்டுபிடித்துவிட்டேன்.

நாம் எல்லோரும் நட்சத்திரங்கள் வானத்தில் அசைவில்லாமல் நின்றுகொண்டிருப்பதாகத்தான் நினைக்கிறோம் இல்லையா? நாம் அவற்றை ஒவ்வொன்றாக பார்க்கிறோம். ஒவ்வொன்றாக பறிக்கிறோம். ஒவ்வொன்றாக விழுங்குகிறோம் செரிக்கிறோம். ஒரு நேரத்தில் ஒரு பழம்தான். ஒன்றுக்கு மேல் சாப்பிட்டால் சூடு ஏறும். வயிற்றை வலிக்கும். உங்கள் அம்மாவும் சொல்லியிருக்கிறார் இல்லையா?

எல்லாம் கண்தோற்றம். நட்சத்திரங்கள் எந்நேரமும் விழுந்து கொண்டிருக்கின்றன. தெரியவில்லையா? அசடா, அவை மிகமிக மெதுவாக விழுகின்றன. அதனால்தான் நம் கண்ணுக்குத் தெரியவில்லை. உண்மையில் இங்கு நட்சத்திரங்கள் மழையாக பொழிந்துகொண்டிருக்கின்றன. அவற்றை அறியவேண்டுமென்றால் நீயும் அந்த கதியில் பறக்கவேண்டும். விழவேண்டும். தும்பி இறகுகளை அணிந்துகொண்டு சென்றால்சரியாக இருக்கும். மெல்லப் பறக்க பழகு. அதோ அந்த விளிம்பிலிருந்து குதி. பயப்படாதே, நினைவுகொள் உனக்கு இறகுகள் இருக்கின்றன. அப்படித்தான், அப்படியே இறங்கி வா. இன்னும் மெதுவாக. இன்னும் இன்னும் மெதுவாக. தெரிகிறதா? உன் இடது பக்கம் படர்ந்து இறங்குவது? அது ஒரு நட்சத்திரம். உன் பின்னால் பார். வேகத்தைக் கூட்டாதே! நிதானம். நிதானம். மெல்லத்திரும்பு. அதோ, இன்னொன்று. இப்போது உன் முன்னால். சேர்ந்தாற்போல் மூன்று. தெரிகிறதா? உன்னை சுற்றி விழுகிறதா? நட்சத்திர மழை?

நாம் அவ்வளவு மெதுவாக செல்கிறோம். அசைவற்ற நிதானம். வெளியிலிருந்து பார்த்தால் நாமும் நட்சத்திரம் போலவே ஓரிடத்தில் உட்கார்ந்துகொண்டிருப்பது போல, கண்சிமிட்டாமல் ஒன்றையே பார்த்துக்கொண்டிருப்பதுபோல் தோன்றும். ஆனால் நாம் பறந்து கொண்டிருக்கிறோம். தும்பிகளைப்போல். காலத்தை கரைக்கும் மழையில் பறந்துகொண்டிருக்கிறோம்.

நட்சத்திர மழை நம்மை மென்வெம்மையுடன் நனைக்கும். ஒரு துளி விடாமல், அருவிச்சாரலைப்போல் நனைக்கும். நீராவியெழப் பிரியும். உடலில் நிறங்களை விட்டுச்செல்லும். வெப்பத்தைக் கூட்டிச் செல்லும். ஆனால் விட்டு விலகும்போது குளிரடிக்கும். வாய்த்திறந்து நாக்கை நீட்டி மழைத்துளிகளைப்போல் நிறத்துளிகளைப் பிடிக்கலாம். நாக்கு ஊதா நிறமாகும். அது நம்மை பாட்டுப்பாட வைக்கும்.

அவர் பாடச்சொன்னபோது அந்தப் பாடலைத்தான் பாடினேன். அந்த ஊதா நிறப்பாடல்.

சுசித்ரா ● 63

எங்கே கற்றுக்கொண்டாய், என்றார்.

நட்சத்திரமழையில், என்றேன்.

நட்சத்திரமழையை எப்படி பார்க்கவேண்டும், என்று கேட்டார்.

அதில் கரைந்து நனையவேண்டும், என்று சொன்னேன்.

அதை இங்கிருந்தே பார்க்கமுடியுமா, என்றார்.

இல்லை, அதில் நனையவேண்டும், அப்பத்தான் வண்ணங்கள் ஏறும், என்றேன்.

என்ன வண்ணங்கள், என்றார்.

உடலை குனிந்து பார்த்தேன். விரல்களை திருப்பிப் பார்த்தேன். நகத்தை உற்றுப் பார்த்தேன். பிறகு, அவரை நிமிர்ந்து பார்த்தேன்.

உன்னை நட்சத்திர மழை அடித்துச்சென்றுவிட்டது, என்றார்.

நீ அந்த நட்சத்திரங்களிலிருந்து ஒவ்வொரு முறையும் எடுத்துக் கொண்டாயல்லவா நிறங்களை? உன்னை அடித்துச்சென்றபோது அதுவே அந்நிறங்களையும் திரும்ப எடுத்துக்கொண்டது, என்றார்.

நான் வெளிறிப்போயிருந்தேன்.

மாதுளைப்பழங்களை அணில்கள் கடித்தப்பிறகே நாம் சாப்பிடலாம் என்று அம்மா சொல்வார்.

நான் உதட்டை கடித்து சுற்றும் முற்றும்பார்த்தேன்.

வெள்ளை அறையின் கண்ணாடிக்கு அப்பால் அம்மாவும் அண்ணாவும் நின்றுகொண்டிருந்தார்கள். முகத்தில் கவலை. இரண்டுநாள் முகம் கழுவாத தடம். கசங்கிய புடவை. அம்மா வாய்க்கடியில் எதையோ முணுமுணுத்துக்கொண்டிருந்தார். மகாமிருத்யுஞ்சய ஸ்தோத்ரம். அல்லது மந்த்ரராஜபத ஸ்தோத்ரம். இல்லை இந்திராக்ஷி ஸ்தோத்ரம். எனக்கும் எல்லாம் மனப்பாடமாக தெரியும். அப்பாவுக்குச் சொன்னபோது பழக்கமானது.

அவர்கள் என்னை மழையில் நனைய விடவில்லை. ஆனால் எனக்கு நட்சத்திரமழையின் நினைவாகவே இருந்தது. வண்ணங்களற்றவளாக வாழ்வது எவ்வளவு கஷ்டம் தெரியுமா? அவரிடம் சொன்னேன். டாக்டர், இசை கேட்கவில்லை. சப்தங்களாகிவிட்டது. மணம் வரவில்லை. மூக்கறுந்துவிட்டது. கண் தெரியவில்லை. கனவொழிந்துவிட்டது.

அவர்களால் எனக்கு உதவமுடியவில்லை. அதற்கெல்லாம் அவர்களிடம் மருந்துகளில்லை. தாரா, உன்னை மழை அடித்துச்

சென்றுவிட்டது என்று திரும்பத்திரும்பச் சொன்னார்கள். என்னை எப்போதும் மழைப்போர்வைக்கடியிலேயே வாழும்படி சொன்னார்கள். குடைபிடித்து நடக்கச் சொன்னார்கள். நட்சத்திரங்களைப் பார்க்க விடவேயில்லை.

அப்போதுதான் ஒருநாள், அந்தக் கனவு வந்தது.

நான் ஒரு மலையுச்சியில் அமர்ந்திருக்கிறேன். நிறமற்ற மலை, நிறமற்ற வானம், நிறமற்றவளாக நான்.

விளிம்பைத்தாண்டி கீழே ஆழத்திலிருந்து எங்கேயோ அணில்களின் கீச்சொலி எழுந்து வருகிறது. அவை பசி, பசி என்று கதறுகின்றன.

நான் விளிம்பைத்தாண்டி குனிந்து பார்க்கிறேன். யாரும் இல்லை.

ஆனால் பின்னால் நகர்ந்ததும் அதே குரல். பசி, பசி.

என்ன செய்வதென்று தெரியவில்லை. அக்குரல் அடிவயிற்றைப் பிசைக்கிறது. அவை பழங்களை மட்டுமே உண்ணும் ஜீவிகள் என்று அறிவேன்.

ஆனால் என்னிடம் பழம் இல்லை. பழம் ஆகும் நிறமும் இல்லை. நிறமாகும் நீரும் காற்றும்கூட இல்லை.

நான் என்ன செய்வேன் என்ன செய்வேன் என்று யோசிக்கிறேன்.

நட்சத்திரங்கள் முதன்முதலில் என் நகத்தையும் கூந்தலையும் நாவையும் நாடிச்சென்றதை நினைவுகொள்கிறேன்.

ஒவ்வொரு நகமாக அவிழ்த்துக் கீழே எறிகிறேன். கனவில் வலியில்லை. பூவைப்போல் மென்மையாக பிரிந்து வருகின்றன.

குரல்கள் அடங்கும் ஒலி. ஆயிரமாயிரம் அணில்கள் விழுங்கி செரிக்கும் ஒலி.

கூந்தல் குதிரை வாலைப்போல் கையில் தொங்குகிறது. விளிம்பை மீறி வீசுகிறேன். பற்கள் ஒவ்வொன்றும் ஒரு சோழிமுத்துபோல் உள்ளங்கையில் குலுங்க அவற்றை பல்லாங்குழிச் சோழிகளென வெட்டவெளிக்குள் வீசியெறிகிறேன்.

நாவை அறுக்கும்போது அது மாதுளை மொட்டாக கைக்குள் மடிந்து பாந்தமாக உட்காருகிறது. அதை மெல்ல விளிம்புக்கப்பால் விழவிடும்போது ஆழத்தை அடைவதற்குள் அந்த மலர் கனியாகிவிட்டிருக்கும் என்று அறிந்திருக்கிறேன்.

★

இப்போதெல்லாம் நான் மழைப்போர்வை அணிவதில்லை. குடைபிடிப்பதுமில்லை.

இப்போதெல்லாம், நான் இப்பாலேயே அமர்ந்துகொள்கிறேன். மூட்டுகளைச் சுற்றி கைகளைக் கட்டிக்கொள்கிறேன். இனிய வெறுமையில் தலை சாய்க்கிறேன்.

அப்பாலே மென்மையான கோடை மழையைப்போல, ஊசி ஊசியாய், சுவரம் சுவரமாய், நட்சத்திரங்கள் பொழிந்து கொண்டிருக்கின்றன. அவற்றை ஒவ்வொன்றாக, இங்கிருந்து, வெறுமனே, ஒன்றுமே சொல்லாமல் பார்க்கிறேன். ஒவ்வொரு நிறமாக. ஒவ்வொரு அசைவாக. மெல்ல மெல்ல. காலத்தில் கரைந்து. பார்க்கப் பார்க்க இந்த இனிய சாம்பல்நிற வெறுமை நீட்டிக்கிறது.

உடலிலிருந்து நிறங்களெல்லாம் கரைந்தோடி விளிம்பைக்கண்டு குதிக்கின்றன். நட்சத்திரங்களாகி ஆழம்வரை பொழிகின்றன. ஒருவேளை அவற்றை சுவைகாணும் அணில் கூட்டங்கள் அங்கு குடிகொண்டிருக்கலாம். எல்லா நிறமும் மணமும் சுவையும் அதுகளுக்கானவை. அம்மா சொல்வார்.

(சொல்வனம், ஏப்ரல் 2019. 'பூங்கோதை' என்ற பெயரில் பிரசுரமானது)

லீலாவதியின் தத்துவங்கள்

எங்கேயோ வேட்டுச்சத்தம்.

ஜன்னலுக்கு வெளியே வானத்தில் ராக்கெட் கரகரத்து ஒளிபொழிந்தது.

லீலாவதியின் அம்மா இரவுவிளக்கின் கம்மி ஒளியில் புத்தகம் படித்துக்கொண்டிருந்தாள்.

சத்தம்கேட்டு லீலாவதியின் தந்தையார் புரண்டு எழுந்தார். கண்சுருக்கினார். "மணி என்ன?"

"மூனற தான். நேரம் இருக்கு. தூங்கு," என்றாள்.

"ஏன்? நீதூங்கல?"

"இல்ல. ஏதோ கண்டபடிக்கு கனா வந்துச்சு. வால் நட்சத்திரம் பாக்கறேன்... பல்லாங்குழி விளையாடறேன்... சம்திங் அப்சர்ட். அப்புறம் தூக்கம் வரல," என்றாள்.

"உனக்குன்னு வருதுபாரு கனா..." மெத்தை முனகப் புரண்டு கண்ணாடியை மாட்டிக்கொண்டு திரும்பினார். "என்ன படிக்கற?"

கெட்டி அட்டையைத் திருப்பிக்காட்டினாள்.

"விவேகானந்தரா?" புன்னகைத்தார். "என்ன திடீர்னு?"

"இல்ல... அந்த கனவுதான். இட் வாஸ் டிஸ்டர்பிங்... எதுக்குமே அர்த்தமில்லங்கற மாதிரி ஒரு விரக்தி. முழுச்சிகிட்டேன். சட்டுன்னு இந்த புக்க எடுத்து எதையோ பாக்கணும்னு தோணிச்சு. அதான் பாத்துகிட்டிருக்கேன்..."

"என்ன சொல்றாரு விவேகானந்தர்?"

அவள் பதில் சொல்வதற்குள் பெட்ரூம் கதவிடுக்கு வழியாக ஒரு பொடுசு கண்களை தேய்த்துக்கொண்டே நுழைந்தது.

சுசித்ரா ● 67

“துதீதா. எந்தீ. இன்னிக்கி தீயாலி.”

அதற்கு விளக்கைப் போடத் தெரியும். அறையில் வெளிச்சம் சொறிந்தது.

“தீயாலீ!” என்றது பொடுசு.

பக்கம் குறிக்காமல் புத்தகத்தை அப்படியே மூடி வைத்துவிட்டு, “அதுக்குள்ள என்ன முழிப்பு?” என்றாள் அவள் அம்மா. “இங்க வா. இன்னும் கொஞ்ச நேரம் இந்தா அப்பாவோட படுத்து தூங்கு.”

அவள் குழந்தையை தூக்கி கட்டிலில் விட்டு மறுபக்கம் எழுந்து போர்வையை மடித்தாள்.

“எழுந்தாச்சா?”

“ஆமா இனிமே என்ன தூக்கம்? எல்லாத்தையும் எடுத்து வைக்கறேன். அரைமணியில எழுந்து வாங்க ரெண்டு பேருமா...”

“துதீதா!” குழந்தை. “அப்பா!”

“லீலுகுட்டி அம்மான்னு சொல்லணும். நான் மட்டும்தான் துதீதான்னு சொல்லுவேன் என்ன?” என்றார் லீலாவின் அப்பா. அம்மா சிரித்தாள்.

அவர் சட்டையை போட்டுக்கொண்டு குழந்தையை தன் பக்கம் இழுத்தார். அது இரு கைகளையும் விரித்து அப்பாவின் கழுத்துக்கடியில் புதைந்துகொண்டது. அங்கிருந்தபடி “அம்முகுட்டி!” என்றது.

“அம்முகுட்டி இல்லடீ அது பெரிய அம்மா. பெருச்ச்ச்சு,” தந்தையார் இந்தப் பக்கம் பார்த்து கண்களால் நகையாட்டினார். “நீ குட்ட்ட்டி. எம் பட்டுகுட்ட்டி. இக்குனூண்டு... நக்குனூண்டு... தம்மாத்துண்டு! அம்மா பெர்ர்ரீசு!” அப்பாவுக்கும் மகளுக்கும் ஒரே கெக்களிப்பு.

“ஆமா அம்மா பெரிய்ய்ய டைனோசார்... லீலாகுட்டியையும் அப்பாவையும் மொத்தமா சாப்பிட வருதுபார்... ர்ர்ரோ...ர்!” என்று அம்மா டைனோசர் பாய்ந்தது.

அமளி.

சப்தம் கேட்டு பக்கத்து அறையிலிருந்து மூத்தவனும் ஓடிவந்தான். “நானும்! நானும்! நானும்!”

ஐக்கியம். சிலநிமிடங்களுக்கு தலையெது கையெது இடையெது காலெது என்று தெரியவில்லை.

★

தீபாவளிக்குளியல் முடிந்தது.

தாயார் மூத்தவன் சுண்டூவுக்கு பாண்ட்டை மாட்டிக் கொண்டிருந்தார். ஒரு காலை மட்டும் நுழைத்துவிட்டக் கையோடு வெளியே ஓடிப்போக சித்தமாக இருந்தான். இடுப்பால் இழுத்துப்பிடித்து உள்ளே திணிக்க வேண்டியிருந்தது. "ப்பா, அடுப்புல எண்ண காயுது பாரு. வெள்ளையப்பம் ஒரு ஈட ஆரம்பிக்கறியா?" என்று போராட்டத்துக்கிடையே அடுத்த காரியம் நினைவு வர சுண்டூ அப்பாவுக்கு குரல் கொடுத்தாள்.

"இரு சுசீ நான் பண்ண மாட்டேனா," பூரணியத்தை ஓடி வந்தாள். பின்னாலேயே அவள் மகள். "சட்டுவம் எங்க?"

"சட்டுவமா?" லீலாவதியின் அம்மா முழித்தார்.

"அதான், ஜல்லிக்கரண்டி."

"இவளுக்குன்னு ஒரு பேரு, சட்டுவம் குட்டுவம்ன்னுட்டு" அவள் அண்ணனுக்கு கிண்டல் குறைவில்லை. அடுப்பறை அடுக்கிலிருந்து இரண்டு ஜாரணிகளை எடுத்துக் கொடுத்தார்.

"போடா. எங்க வீட்லல்லாம் அப்படித்தான் பேரு."

"தோசத்திருப்பியத்தான சட்டுவம்னு சொல்வாங்க?" என்றார் லீலாவதிவின் அம்மா.

"தெரியிலப்பா... தோச திருப்பியயும் அப்படித்தான் சொல்வாங்க. அகப்பைக்கும் அந்த பேரு உண்டு. ஆனா ஓட்டக்கரண்டிக்கும் எங்க வீட்ல சட்டுவம் தான். கரண்டின்னாலே சட்டுவம்தான்னு வெச்சுக்கயேன்..."

பெயர்கள்,பொருள்கள். நாமம், ரூபம். காளிதாசனும் சொல்லியிருக்கிறானே? வாக், அர்த்தம். இந்த உலகில் எத்தனை பொருள்கள் உள்ளதோ அத்தனை பெயர்களும் உள்ளது. ஒரு புதுப்பொருள் வந்தால் அதற்கு ஒரு புதுப்பெயரும் வந்துவிடுகிறது. சுண்டூ, லீலாபோல. சுண்டூ அப்பா, லீலா அம்மாபோல.

அப்படியென்றால், பெயர்களின் உலகில் ஒரு புதுப்பெயர் உருவானால், பொருள்களின் உலகில் ஒரு புதிய பொருளும் உருவாகிவிட வேண்டுமல்லவா?

"துதீதா!" லீலா தொபுக்தொபுக்கென்று நடந்துவர அவள் அன்னை தன்னை அந்த ஓட்டத்திலிருந்து உலுக்கிக்கொண்டாள். இடுப்பைச்

சுற்றிப் படர்ந்த பச்சைப் பாவாடை குழந்தைக்கு அம்சமாக இருந்தது. கண் நிரம்பப் பார்த்துக்கொண்டே இருக்கலாம். உவகையோடு பார்த்துக்கொண்டிருந்த அவள் அன்னைக்கு குழந்தை கையில் இருந்த வஸ்து ஒரு நொடிக்குப்பிறகுதான் கண்ணில் தட்டுப்பட்டது.

"லீலா!" என்று அலறிப்பாய்ந்து அவள் கையிலிருந்து பொறிந்துகொண்டிருந்த மத்தாப்பை பிடுங்கி எடுத்தாள்.

"அத யாருடீ எடுக்கச்சொன்னா உன்ன? பக்கதுல யாரும் இல்லாம பட்டாசத் தொடக்கூடாதுன்னு எத்தனவாட்டி சொல்றது?" என்று கடிந்தாள். பதற்றத்தில் அவள் தோளில் இரண்டு அடி வைத்தாள்.

மத்தாப்பு கையிலிருந்து பிடுங்கப்பட்ட அநீதி மட்டுமல்லாமல் கூடவே திட்டும் அடியும் கிடைத்ததில் குழந்தைக்கு ஒரே அழுகை. வீல் என்று அதே இடத்தில் உட்கார்ந்து அலற ஆரம்பித்தது.

மத்தாப்பு கிட்டத்தட்ட கடைசிவரை கரகரத்து முடித்திருந்தது. முனை பழுத்துச் சிவப்பாகத் தொங்கியது. லீலாவின் அம்மா வாசல்படி ஓரமாக அதை கொண்டு போட்டு அந்த மூலையில் யாரும் போகாமல் இருக்க பாதுகாப்பாக கையில் கிடைத்த ஒரு தடிப்புத்தகத்தை செங்குத்தாக நட்டுவைத்தாள்.

"எதுக்கு அழுகை? பாப்பாவுக்கு எதுக்கு அழுகை? நெருப்பு சுடும்னுதான அம்மா அத எடுத்துக்கிட்டா? நெப்பு! சூடு!" லீலாவதியின் அத்தை அவளை சமாதானப்படுத்த முயற்சி செய்துகொண்டிருந்தாள். அந்த பேச்சில் ஒரு நொடிக்கு குழந்தை அழுகையை மறந்தது. அத்தையின் கையில் அவள் பேச்சின் கதியில் ஆடிக்கொண்டிருந்த பொருளை கண்வாங்காமல் பார்த்தது.

"டீ! இத பிடிச்சு இழுக்கற? சட்டுவம்டீ இது. வெள்ளையப்பம் பொறிக்கணுமே? கொடுறீ?"

குழந்தை கண்கள் முண்டப் பார்த்தது.

"சட்டுவம்!" என்றாள் அத்தை.

"தத்துவம்," என்றது குழந்தை.

அத்தை சிரித்தாள். "டீ அது சட்டுவம்."

"தத்துவம்!" என்று தீர்மானமாக சொன்னது லீலா குழந்தை. நீண்ட கரண்டியை திருப்பித்திருப்பி அதில் தெரிந்த ஓட்டைகளை உன்னித்துப் பார்த்தது. இரண்டு மூன்றுமுறை அதை கீழே தரையில் தட்டியது. கரண்டியின் முகத்தை கண்ணுக்கு முன்னால் வைத்து

அதன்வழியாக அங்கும் இங்கும் ஓடிக்கொண்டிருந்த சுண்டுவை பார்த்து, “சுண்டு! நா யீயா! இது தத்துவம்!” என்றது.

“என்ன லீலுகுட்டி?” அண்ணன் ஓடிவந்தான். அவள் கையில் இருந்த சட்டுவத்தை பார்த்து தானும் அத்தை கையிலிருந்து இன்னொன்றை பிடுங்கிக்கொண்டு, “வரியா? சுவோர்ட் ஃபைட்.” என்றான். அவள் சட்டுவத்தை இவன் குறுக்காக வெட்டினான்.

ஆட்டம் புரிந்துபோனதும் லீலாவும் கண்ணீரெல்லாம் மறந்து எழுந்து அவனுடைய சட்டுவப் பிடியை தன்னுடைய சட்டுவத்தால் இடித்தாள். டங்-டங்-டங் என்று வீடு முழுவதும் உலோகம் தெறிக்கும் சப்தம்.

லீலா சின்னவள் என்றாலும் சிறுமிக்குரிய மூர்க்கமாக ஆற்றல் இருந்தது. வலுவான போட்டி.

ஒரு கட்டத்தில் சுண்டு அடுப்பங்கரைக்குள் புகுந்து ஒரு குழிக்கரண்டியை இன்னொரு கையில் பிடுங்கியபடி வெளியே வந்தான். அதைப்பார்த்த லீலாதானும் உள்ளிருந்து இரண்டு அகப்பைகளை எடுத்துக்கொண்டு வந்தாள். இருகை சண்டை.

அடுப்படியில் இருந்த சட்டுவங்களெல்லாம் ஒவ்வொன்றாக கூடத்துக்கு வந்தன. “எல்லா கரண்டியையும் தூக்கிட்டு வந்துட்டா நாங்க எத வெச்சு சமைக்குறதாம்?” என்று சிரித்துக்கொண்டே பின்னால் வந்தாள் பூரணியத்தை. அவள் தோளை பிடித்துக்கொண்டு லீலாவதியின் அம்மா அந்தப் பூசலை பார்த்துக்கொண்டிருந்தாள்.

கொடிகள் பிடிபட்டுக்கொண்டிருந்தன. சாம்ராஜ்ஜியங்கள் வீழ்ந்துகொண்டிருந்தன. லீலாவின் அம்மா அவர்களுடைய ஆட்டத்தை சிறிதுநேரம் வேடிக்கை பார்த்துவிட்டு பெருமூச்சுடன் அடுக்களைக்குள் புகுந்துகொண்டாள். நெருப்பு பக்கமாக போகாமல் இருக்கும்வரையில் இப்படி ஏதாவது விளையாடிக்கொண்டிருந்தால் தேவலை என்று நினைத்தாள்.

லீலாவுக்கு நாள்பூராவும் அம்மாமீது கோபம். பால்போளியையும் அத்தைகையாலேயே வாங்கிக்கொண்டாள். அம்மா அவளை மத்தியானம் தூங்கவைத்த பிடிக்க வந்தபோது ஓடிப்போய் அவள் மாமாவின் கால்களுக்குப் பின்னால் ஒளிந்துகொண்டாள். “போ! யீயா பேத்தமாட்டேன்!” என்று முகத்தை திருப்பிக்கொண்டாள்.

“போடீ, பெரிய இவ. பேசமாட்டாளாம். எனக்கென்ன.” என்று முகத்தை தூக்கிவைத்துக்கொண்டாள் அவளுடைய அம்மா. “அய்யோ, என் செல்லக்குட்டி. தீபாவளியதுவுமா குழந்தைய

அடிச்சிட்டேனே," என்று அடுத்தநொடி விசும்பல்.

அம்மாவுக்கும் மாமியாருக்கும் ஃபோன் போட்டு பாவமன்னிப்புக் கேட்டாகிவிட்டது.

"ஆனா அவளையும்தாஞ் சொல்றேன். மூணு வயசாச்சு. சொன்னா கேட்டாத்தான் என்ன? தனியா போயி மத்தாப்ப கொளுத்தாதன்னா அதத்தான் பண்ணுவேன்னா? சரியான கிறுக்கு. ஏதாவது ஆயிருந்தா அப்பறம் தூக்கிப்போட்டு ஓடணும் ஹாஸ்பிடலுக்கு..."

மாலையில் அத்தையும் மாமாவும் பிள்ளைகளைக் கூட்டிவைத்து பட்டாசு விட்டுக்கொண்டிருந்தார்கள். லீலாவையே கண்வாங்காமல் பார்த்துக்கொண்டிருந்தாள் அவளுடைய அம்மா.

பயமே தெரியாத குழந்தை அது. தவழ ஆரம்பித்ததும் இண்டு இடுக்கெல்லாம் விடாது துழாவ வேண்டும். நடக்க ஆரம்பித்ததும் குதிக்க வேண்டும். துணியலமாரிக்குள் ஏறி துணிகளை சுற்றிக்கொண்டு கீழே புரண்டு உருள வேண்டும். உலகத்தின் மறுகோடிக்கு போகிறேன் என்று கட்டிடம் கட்ட குவித்து வைக்கப்பட்ட மண்ணில் புதைந்து யாத்திரை கிளம்பிவிட வேண்டும்.

தெருநாய் பூனை எலி என்று எந்த சிற்றுயிர் குட்டிப்போட்டாலும் கடி வாங்கினாலும் கீறல் வாங்கினாலும் வீட்டுக்குள் கொண்டு வந்துவிடவேண்டும். "இருட்டினால் வீட்டுக்குள் வந்துவிட வேண்டும் என்று சொல்கிறாயே? இருட்டிவிட்டது. இவர்களுக்கு வீடில்லையே? நமக்குத்தான் இவ்வளவு பெரிய வீடிருக்கிறதே?" என்பது அவள் தர்க்கத்தின் சாராம்சம்.

நெருப்புக்கும் பயம் இல்லை அவளுக்கு. வத்திக்குச்சிகளை ஏற்றி விரல்நுனி வரும்வரை ஜுவாலையை கண்வாங்காமல் பார்த்துக் கொண்டிருப்பதை அவள் தாயார் ஒரு நாள் கண்டு அலறியடுத்து அவளை வாரிக்கொண்டாள். பூரான், பல்லி, பட்டாசு, வெடி, எதற்கும் பயமில்லை.

குழந்தையின் தகப்பனாரிடம் இதையெல்லாம் சொல்லி நிறுத்தினாள் அவர் மனைவி. அவர்கள் வீட்டுவாசலின் மறு எல்லையில் மாவிலங்க மரத்துக்கடியில் நின்றபடி தெருவெல்லாம் பூத்துக் கவிழ்ந்தபடியிருந்த ஒளி விளையாட்டுகளைப் பார்த்துக் கொண்டிருந்தார்கள்.

"சரி, உனக்கு ஏன் அவள நெனச்சு இவ்வளவு பயம்?" என்று அவர் கேட்டார்.

லீலாவின் அம்மா மறுபக்கம் பார்த்து ஒரு இலையை பறித்துக் கசக்கி தூரப்போட்டார்.

“சின்னவயசுல நானும் இவளமாரித்தானே இருந்தேன். கிறுக்கா. பயமேயில்லாம. அதான் இப்ப பயப்படறேன் போல,” என்றாள். ஒருபெருமூச்சு.

“நல்லா ஞாபகம் இருக்கு. அப்ப இவ வயசுதான் இருக்கும். தீபாவளிக்கு மறுநாள். என்ன பாத்துக்கவர்ற பொண்ணு எனக்கு மத்தாப்பு விட்டுக் காட்டிட்டிருந்தா. அம்மா உள்ள வேலையா இருந்தா.

“அவ மத்தாப்ப சொழட்டி சொழட்டி ஆட்டி காத்துல பூபூவா வரஞ்சுகிட்டிருந்தா. சுத்திப் பொறியா பறக்குது. எனக்கானா ஒரே பரவசம். சுத்தமா புத்தியே இல்ல. என்ன நெனச்சேனோ தெரியல... கையதட்டிகிட்டே “ஐ! நட்சத்திரம்! நட்சத்திரம்!”- முன்னுகூவிகிட்டே போயி வெறுங்கையால கபக்குனு எரியற கம்பியப் பிடிச்சிட்டேன்.

“கையும் இத்துனூண்டு கை. பிடிச்சதுல அப்படியே மொத்தமா வெந்தே பேச்சு. சதையெல்லாம் உருகி கம்பியோட ஒட்டிக்கிச்சு. பிச்சு எடுக்க முடியல.

“நான் அலறு அலறுன்னு அலறறேன்... வலியில கண்டமேனிக்கு ஓடறேன்... ப்பா! ரணவேதனை. அப்புறம் அப்பாதான் வந்து ஒருவழியா என்ன பிடிச்சு அமுக்கி தண்ணியில கைய முக்கி, டாக்டர்ட்டல்லாம் போயி... உள்ளங்கை சதை மொத்தமா உரிஞ்சு திரும்ப வளர ஆரேழு மாசம் ஆச்சு.

“இப்ப இவளும் இப்படியேத்தான் இருக்கா. கிறுக்கியா. பயமேயில்லாம. கண்டதையெல்லாம் பிடுச்சுக்கறா...” கண்களெல்லாம் கவலையோடு தன் குழந்தையின் தந்தையாரை அண்ணாந்து பார்த்தாள். “இவளும் வளந்து ஆளாகி இதையெல்லாம் பாக்கணுமில்ல?”

லீலாவின் அப்பா ஒன்றும் சொல்லாமல் அவள் தலையை தட்டினார். அவளுக்குப் பின்னால் வானத்தில் ஒரு ராக்கெட் வெடித்து ஏழு வண்ணங்களில் பூச்சொறிந்தது.

அப்போது அவர் அனிச்சையாக மறுபக்கம் பார்த்து, “லீலா எங்க?” என்றார்.

லீலாவின் அம்மாவும் திரும்பிப் பார்த்தாள். சுண்டூ மட்டும் அங்கு திரிந்துகொண்டிருந்தான். லீலா இல்லை.

பதட்டத்துடன், "பூரணி! லீலா எங்க? காணும்?" என்றாள். "மத்தாப்பு போரடிச்சுருச்சாம். உள்ள போயிட்டா..." என்றாள் பூரணி. அவள் உடனே ஓடி வாசல்கதவு வழியாக உள்ளே பார்த்தாள்.

காலையில் விளையாடிவிட்டு கீழே போட்டு மறந்துவிட்டிருந்த சட்டுவங்களில் ஒன்றை மீண்டும் கையில் எடுத்து வைத்துக் கொண்டிருந்தாள் லீலா. அதை வாள் போல் காற்றில் தனியாக சுற்றிக்கொண்டிருந்தாள். பூசல் ஓயாமல் நடந்துகொண்டிருந்தது.

(அக்டோபர் 2019)

அலாதசாந்தி

கைலாசபுரத்தில் ஒரு பூசல்.

பரமசிவனும் பார்வதியம்மையாரும் பல்லாங்குழி விளையாடிக் கொண்டிருந்தார்கள்.

காசியிலே சோழிகளைச்சேகரித்து மொத்தமாக வழித்து அடிப்பதுதான் எப்போதும் சிவனின் பாணி.

ஆட்டம் அன்றும் அத்திசையில்தான் சென்றுகொண்டிருந்தது.

குழிகளெல்லாம் காலியாகிக்கொண்டே வந்தன.

காசிகள் இரண்டும் வெள்ளைவெளேர் என்று பல்பல்லாக இளித்துக்கொண்டிருந்தன.

பார்வதியம்மைக்கு பிடிக்கவேயில்லை.

நான் கணக்குப்போட்டு குழிகுழியாய் சோழிகளை சேர்த்துவைப்பேனாம். இந்த பைத்தியக்காரன் என்னவென்றால், தானும் வழித்து எடுக்காமல், எனக்கும் கொடுக்காமல், எல்லாவற்றையும் கொண்டுபோய் காசியில் காசியில் போடுவானாம்! என்று சிடுசிடுத்தாள்.

குழிகளின் மீது நளினமாக துவண்ட கையில் கணக்குத்தப்பியது. ஒரு சோழி விட்டுப்போனது.

மணிக்கட்டில் குட்டிப்பாம்பு சீற சிவன் கொற்றவெறியோடு கொக்கரித்து நுழைந்தான். அகழிகளை வழித்து-வழித்து-வழித்து... அடித்தார் பாரும் ஒரே அடி! காசி! காசி!

அத்தனை சோழிகளும் சிவனிடத்தில் வந்து சேர்ந்தன.

அவன் அவற்றை காற்றில் தூக்கிப்போட்டு சோழி மழையில் "ஊ!!!" என்று ஊளையிட்டு சடைமுடி புரள தை-தை-யென்று தாண்டவம் ஆடிக் குதித்தான்.

பார்வதி உதட்டைப் பிதுக்கி முந்தானையை உதறி அசோக மரத்தின் அடியில் போய் முதுகை காட்டிக்கொண்டு உட்கார்ந்து விட்டாள்.

சிவன் கணங்களுடன் ஆடிக்கொண்டாடி, சாம்பலைப் பூசிக்கொண்டு, சோமபானத்தை முண்ட முண்டக் குடித்து, ஒருவழியாக வாயைத் துடைத்து இளித்துக்கொண்டே வந்து நின்றபோதுதான் உமை மரத்தடியில் முந்தானையை கசக்கிக்கொண்டு அமர்ந்திருப்பதை கண்டான்.

பரமேசுவரனின் மனம் உருகியது. "தேவீ..." என்று ஆசையாய் வந்தான்.

மோவாய்ச் சொடுக்கலோடு முகத்தை திருப்பிக்கொண்டாள் அம்மை.

கீழே பள்ளத்தாக்கில் தெரிந்த விரிந்து பரந்த உலகத்தின் நிலவரங்களின் மீது - அவள் ஜகன்மாதா அல்லவா? கண்படரவிட்டாள். அப்பன்தான் கூத்தடிக்கிறான். இருவரில் ஒருவராவது கொஞ்சம் பொறுப்பாக நடந்துகொள்ள வேண்டாமா என்ற எண்ணம் அவளுக்கு.

சிவன் ஆட்டம் கண்ட அனுபவசாலி. அவள் கோபத்தை காணதவன்போல் அவனும் அருகே வந்தான்.

"ஆட்டம் முடிந்ததில் கொண்டாட்டம் கொஞ்சம் விஞ்சிவிட்டது என்னவோ உண்மைதான்... ஆனால் உன் நினைப்பாகவே இருந்தது. இப்போதெல்லாம் உன்னைப் பிரிந்து என்னால் இருக்கவே முடியவில்லை," அவள் பக்கத்தில் உட்கார்ந்தான். "நீ ஆடும் சுடர் என்றால் நான் அசையா ஒளி அல்லவா?"

கன்னம் குழிபட நகைக்கும்போது பரமசிவனை மீறிய அழகன் ஏது? ஆனால் பார்வதியம்மை மசியவேயில்லை. பார்வை நிலைக்கத் ஸ்திரமாக நின்றாள்.

"நீ சொல் என்றால் நான் பொருள் அல்லவா?" என்று விடாப்பிடியாக தொடர்ந்தான் அப்பன்.

திரும்பாமலேயே, "எல்லாம் எனக்கும் தெரியும். போதும் இந்த தத்துவ விசாரமெல்லாம்..." என்றாள் அன்னை.

"தத்துவ விசாரமில்லையடி... இது கவிதை. உன் காளிதாசன் சொன்னது. வேண்டாமா? சரி, இதைக்கேள். அலைபுரளும் கூந்தல் நீ என்றால், அதில் உறையும் ஒப்பற்ற மணம் நானாம். சொல்கிறார்கள்!"

உமையாள் ஒன்றும் சொல்லாமல் இருந்தாள்.

"என்னடீ? கோபமா?" என்றார் இறையனார்.

"அதெல்லாம் ஒன்றும் இல்லை." இறைவி

"வா, இன்னொரு ஆட்டம் ஆடலாமா?"

"வேண்டாம் ஒன்றும்"

பேச்சை மாற்ற நினைத்தான் பித்தன்.

"அங்கே ஜகத்தில் இன்று என்ன மாயம் நிகழ்கிறது?" என்றான். "எல்லாம் சுமூகம்தானே?"

பார்வதி திரும்பாமல், "அங்கே இன்று ஒரு சின்னப்பெண் பொறிந்துகொண்டிருந்த மத்தாப்பின் ஜாலத்தில் மயங்கி கம்பியை வெறும்கையால் பிடித்துவிட்டாள். கையெல்லாம் வெந்துப்போய் விட்டது. அதுதான் நடந்தது," என்றாள்.

"ஓஹோ. ஆம். அங்கே நடப்பதுதானே. தணிந்து மீண்டு வர கொஞ்சம் காலம் பிடிக்கும்," என்றான் சிவன்.

பார்வதியின் முகம் சிவந்தது. நெஞ்சம் எழத் திரும்பினாள். "ஆமாம். அடுத்தது அந்தக்குழந்தை கையில் ஊழித்தீயைப் போய் கொட்டுங்கள். 'உற்கம்! உற்கம்' என்று கூத்தாடுங்கள்! அப்புறம் 'தனிந்து வரக் கொஞ்ச காலம் பிடிக்கும்' என்று ஆறுதல் வார்த்தை சொல்லுங்கள்..." கையை உதறினாள் அன்னை. "உங்களுடன் நான் இனி விளையாடவே மாட்டேன்!"

"விளையாடமாட்டாயா?" சிரித்துக்கொண்டே அப்பன் அவள் முகத்தை திருப்பியபோது கண்ணெல்லாம் நீர்க்கோர்வையாக படர்ந்திருபப்தை பார்த்தார். குரல் இளக, "உமா! கண்ணே?" என்றார்.

"பின்னே? எப்போதும் காசியை அடிக்க வேண்டியது. நான் சிறுகச் சிறுக சேர்த்து என் பங்குக்கு சேமித்து ஆடலாம் என்று வைத்தால் மொத்தமாக காசியில் போட்டு எடுத்துக்கொள்ள வேண்டியது. உங்களுடன் விளையாடுவதே பிடிக்கவில்லை."

சிவன் சிரித்தார்.

"நீ விளையாடுவது போல் விளையாடினால் ஆட்டம் போய்க்கொண்டே இருக்குமே டீ? நீ எடுப்பாய். என்னையும் எடுக்கவைப்பாய். அப்புறம் திரும்பப் பிரித்துப் போடுவாய். ஆட்டம் முடிய வேண்டாமா?"

“அதற்கு? இப்படிக் கணக்கு வைத்து மொத்தமாக காசி அடிப்பதா?”

“காசி தானே? நீயும் வேண்டுமென்றால் அடித்துக்கொள்ளேன்?”

“ச்சீ! எனக்கு அந்த ஆட்டமே பிடிக்கவில்லை. அள்ளி அள்ளி காசியில் போடுகிறீர். அப்புறம் காய்களையெல்லாம் அள்ளி வீசித் தெறிக்கவிட்டு கவலையே இல்லாமல் ஓர் ஓரமாகச் சென்று ஆவென்று வாய்பிளந்து உட்கார்ந்துவிடுகிறீர். நீங்கள் கவிழ்த்துப் போட்ட சட்டிப்பானைகளை எடுத்து அடுக்கி வைப்பதற்குள் மீண்டும் கண்ணும் மண்ணும் தெரியாமல் திமிதிமியென்று சுற்றிவந்து அனைத்தையும் கலைத்துவிடுகிறீர்.” அம்மைக்கு மூச்சுவாங்கியது.

“உங்களுக்குக் கருணையே இல்லை,” என்றாள். “இருந்திருந்தால் நான் சொன்னதற்கு கொஞ்சமாவது வருத்தப்பட்டிருப்பீர்... ஆம், கருணையே இல்லை உமக்கு.”

நீலக்கழுத்து விரியும்படி சிவன் ஓசைபொங்க சிரித்தான். கழுத்தில் பாம்பு சற்றே இடம் மாறி இளகியது.

“ஆமாம். என் கருணையின்மையை விளக்கத்தான் உன் பூவலகில் என்னைப் பற்றி எத்தனை தத்துவங்களை சமைத்து வைத்திருக்கிறார்கள்!” என்றார்.

“பாழ்வெளி என்கிறார்கள், பதி என்கிறார்கள், பரம் என்கிறார்கள். அழிவற்றவன் என்கிறார்கள், அழலாகி அழிப்பவன் என்கிறார்கள், அனிர்வசனீயன் என்கிறார்கள்.” சிவனின் கண்களில் ஒளி மின்னல்களாக சிரிப்புத் தெறிப்பு. “அவர்களுக்குத் தெரியாது. நான் வெறும் ஒரு அசட்டுச்சண்டாளன் என்று. உமையின் நாயகன் என்பதைத்தாண்டி எனக்கு ஏதொரு அடையாளமும் இல்லை என்று.”

மனைவியின் காதோரம் கலைந்திருந்த கூந்தலை பின்புறம் அடக்கினான். பரட்டைத் தலைக்கடியில் வயதேறாத கண்கள் குறுகுறுத்தன. குரல் மெல்ல இறங்கி மந்தரமானது. “சொல், தேவி? நீ யாருடைய மனைவி? யாருடைய மாங்கல்யத்தை தரிக்கிறாய் நீ? கருணையே வடிவான தேவியே, நீயே சொல். உன் பிரபஞ்சத்தில் எனக்கான இடம் என்ன?”

அப்படி ஒரு கேள்வியை எதிர்பார்த்திராத பார்வதி “என்ன?” என்பதுபோல் அப்பனைப் பார்த்தாள். அவளுடைய கண்கள் குழம்பிப்போயிருந்தன. சிறுமியின் குழறல் இருந்தது அவள்

குரலில். "தெரியவில்லையே?" என்று காற்றும் கேட்காதபடி, மூச்சுக்கடியில், கனவுக்குள் உரைப்பதுபோல் சொன்னாள்.

சிவன் அவள் முகத்தை உயர்த்தினான். வண்டுகளைப்போல் மருண்டு அலைந்த அவள் கண்களை தன் பார்வையின் பரிவால் நிலைநிறுத்தினான்.

"உனக்கு நீ சிருஷ்டித்த இப்பிரபஞ்சத்தை பிடிக்குமா?"

"ம்ம்."

"ம்ம், பிடிக்கும், என்று திடமாக சொல்!"

"ம்ம், பிடிக்கும்."

"எல்லாவற்றையும் பிடிக்குமா? உருவுள்ளவையும் உருவற்றவைகளையும் பிடிக்குமா? காற்றை, நெருப்பை, வானை, கடலை பிடிக்குமா?"

"பிடிக்கும்."

"மண்ணை, விண்ணை, அண்ட, ஆகாசங்களைப் பிடிக்குமா?"

"ஆம், பிடிக்கும்!"

"பறவைகளைப் பிடிக்குமா? பூச்சிகளைப் பிடிக்குமா? நிற்பதை? ஊர்வதை? பறப்பதைப் பிடிக்குமா?"

"பிடிக்கும்"

"கண்ணுக்குத் தெரிவதை? தெரியாததைப் பிடிக்குமா? நல்லதையும் அல்லதையும் பிடிக்குமா? பசியையும் பிணியையும் கூட பிடிக்குமா?"

"பிடிக்கும், பிடிக்கும், அனைத்தையும் பிடிக்கும். அண்டத்தையும் அணுவையும் அணுக்களுக்கிடையே உள்ள தூரத்தையும்கூட பிடிக்கும். ஒவ்வொன்றும் பிடிக்கும். ஒன்றுமில்லாமல் ஆகும்போதும் பிடிக்கும்..."

பரமன் பராசக்தியின் கண்களை நோக்கி, பாரே மதியிழக்கும் பவழப்புன்னகைச் செவ்வாய் முறுவ, சொன்னான், "தேவி, இவை அனைத்தையும் நீ பிடித்துக்கொள். நான் கேட்கமாட்டேன். ஆனால் உன்னை மட்டும் நான்தான் பிடித்துக்கொள்வேன். நீ கேட்கக் கூடாது," என்று.

முகத்தை மாந்தளிர்க் கரங்களால் பொத்திக்கொண்டு கிண்கிணிச் சிரிப்பு சிரித்தாள் அம்மை.

கைலாசபுரத்தில் பூசல் தீர்ந்தது.

(அக்டோபர் 2019)

(ஆசிரியர் குறிப்பு: 'அலாதசாந்தி' என்றால் 'கொள்ளிக்கட்டையின் அசைவை நிறுத்துதல்' என்று பொருள். கொள்ளிக்கட்டையை சுற்றிச்சுற்றி அசைத்தால் அதன் ஒளி காற்றில் நட்சத்திரங்களாகக் கோலமிடுவதாகத் தோன்றும். அசைவை நிறுத்திவிட்டால் அந்தத்தோற்றங்களும் மறையும். ஆகவே அவை நிஜக்கோலங்கள் அல்ல, தோற்றங்கள் மட்டுமே என்று புரிந்துகொள்கிறோம். இப்பொருளில் இந்த படிமம் விஞ்ஞானவாத பௌத்தத்திலும் அத்வைதத்திலும்புற உலகத்தின் இயல்பை விளக்கப் பயன்படுத்தப்படுகிறது)

யாமத்தும் யானே உளேன்

இருளாழத்துக்கு மறுபக்கமாக எங்கேயோ இங்குள்ள கதைகளெல்லாம் காத்துக்கொண்டிருக்கின்றன. அவை இரவெல்லாம் ஒன்றுடன் ஒன்று கைகோர்த்துச் சுருண்டு ஒளிப்பந்தாக உறங்குகின்றன. அவை ஒன்றை ஒன்று தழுவிக்கொள்கின்றன. விரல்பின்னி மூச்சிசைந்து நெஞ்சதிர்வுகள் இணைய நிசப்தத்தில் கனவுகாண்கின்றன. இங்குள்ளவளின் உள்ளம் சுற்றிச்சுழன்று வந்து அவர்களை அடைவதற்காக காத்துக்கொண்டிருக்கின்றன அவை.

அவள் இருளின் கவசங்களை அவனறியாமலேயே மெல்ல, இரவெல்லாம் பொறுமையாக, அவிழ்த்துக் களையும் கலை அறிந்தவள். மெல்லப் படிவைத்து அவனுள்ளே நுழைபவள். அவன் விழிதிறக்கும் தருணத்தில் அவன் முன்னால் சென்று ஓசையில்லாமல் நிற்பவள். காத்திருப்பில் குவிந்த கரங்களும், கள்ளமற்ற ஒளிநிறைந்த கண்களும், கன்னத்தை குழியென்றகழும் குறுஞ்சிரிப்புமாக இருள் அவளைக்காண்கிறான். அவன் தன்னை மறந்து இளகி சிரித்து விரிகிறான். இப்பிரபஞ்சத்தில் அவனை சிரிக்கவைக்கக்கூடியவள் அவள் மட்டும்தான் அல்லவா? அவன் தோல்வியை ஒப்புக்கொண்டேன் என்று கைவிரித்து எழுந்து புன்னகையுடன் வழிவிடுகிறான்.

அப்போது இருளாழத்தில் ஒளிப்பந்தாக ஒளிந்து கொண்டிருந்த கதைகளெல்லாம் பொன்னொளிரப் பொதியவிழ்ந்து எழுகின்றன. இதழிதழாகப் பிரிந்து, சுருள்சுருளாக விரிந்து, கதைகள் ஒவ்வொன்றும் பொன்மஞ்சள் கைநீட்டலாக இருளை ஊடுருவி அவளை யாழ்வருடும் விரல்களெனத் தீண்டுகின்றன. அவள் மேல் வண்ணவண்ண ஒளியாடைகளாகப் படர்கின்றன.

அவள் ஒவ்வொரு நாளும் தன்னை அணிசெய்து மகிழ்வித்துச் சிரிக்கவைக்கும் ஆடைகளுக்காக காத்திருப்பவள். எல்லா ஆடைகளையும் சமமென பாவித்து எதையும் நீக்காமல் விலக்காமல்

சுசித்ரா

தன்மேல் உடுத்திக்கொள்பவள். ஒருதுளி ஒளியையும் வீணென்றாக்காமல் பருகுபவள். கண்ணும் காதும் விலகாமல் தன்னை முழுதும் அளித்து முழுதும் பெறுபவள். அவள் பேருள்ளம் கொண்டவள், வான்வரை மனம் விரிந்தவள்.

அவள் உடுத்தாத ஆடையே இல்லை, கேட்காத கதையே இல்லை. அவள் காணாத ஒன்றை அவளிடம் யாரும் காட்டிவிடமுடியாது என்பது மூத்தோர் வாக்கு. தன் கருணையால் மட்டுமே ஒவ்வொரு நாளும் இருளாழத்துக்கு மறுபக்கம் சென்று உறங்கும் கதைகளை மீட்டெடுத்து கொண்டுவருகிறாள். பெருந்தன்மையால் மட்டுமே எல்லா கதைகளையும் இதோ இப்போதுதான் முதன்முறை கேட்கிறேனென்று சிறுமிபோல் சம்மணக்கால் கட்டி கன்னத்தில் கைவைத்து கண்சொக்கக் கேட்கிறாள். நான் சொல்லப்போவதும் அவளுடைய கதை. பழங்கதை. அவளுக்கு நன்கு பரிச்சயமான கதை. அவள் பொருத்தருளி கேட்பாளாக!

ஆனால் இக்கதையை மட்டும் எத்தனை முறை கேட்டாலும் அவளுக்கு சலிப்பதில்லை. சிறுமியாக இருந்த நாள்தொட்டே பார்த்திருக்கிறேன். மூத்தோர் கதைசொல்லும் போதெல்லாம் ஒளிந்து நின்று கவனித்திருக்கிறேன். இக்கதையை ஒவ்வொருமுறை கேட்கும்போதும் அவள் அதன் ஒளியால் சுடரேற்றப்படுகிறாள். நெஞ்சோடு கைசேர்த்து கண் விரித்து துளித்துளியாக கண்ணீர் வடித்து கேட்கிறாள். ஆனால் வேறெப்படியும் இருக்கமுடியாது அல்லவா? இருளை ஒவ்வொரு நாளும் கிழித்து ஒளி வாங்கி வருபவள் அவள். அவளன்றி அவனுக்காக கண்ணீர்விட வேறு யார் இருக்கிறார்கள் இங்கு?

கௌதமனிடம் கர்ணனின் கதையை மட்டும் அம்மாவேதான் சொன்னாள். அவனுக்கு அவள் சொன்ன ஒரே கதையும் அதுதான். அதனாலேயே அவனுள்ளத்தில் அது கங்குக்கனலின் வெம்மையை அடைந்துவிட்டது. அவனே கதைசொல்லத் தொடங்கியதும் உணர்வெழ மீண்டும் மீண்டும் சொன்னவற்றில் முதன்மையான கதையாக ஆகியது. அப்படிச் சொல்லும்போது கேட்கும் திரளில் பனிக்காத ஒருகண்ணும் இருப்பதில்லை.

அப்போது கௌதமன் மிகவும் சிறியவன். ஏழெட்டு வயது இருக்கும். அன்று அவனுக்கு வலி கொஞ்சம் அதிகமாக இருந்தது. தினந்தோறும் வலி இருக்குமென்றாலும் அன்றுபோல் அதுவரை இருந்ததில்லை. மைய அறையில் பெரிய கண்ணாடிச்சுவரை ஒட்டி போடப்பட்டிருந்த அகலமான இருக்கையின் ஓரமாக, பந்தாகச் சுருண்டு படுத்து அடிவயிற்றைக் கவ்வியபடி அவன்

அழுதுகொண்டிருந்தான். அன்று நாள் முழுவதும் சாப்பிடவில்லை. ஆற்றுப்படுத்தவந்த அக்காக்களை அடித்து விரட்டினான். பொருட்களைத் தூக்கி எறிந்தான். எப்போதும் சாதுவான குரலில், தத்தித்தத்தி, வெட்கத்தில் கழுத்தசைப் பேசுபவன். ஆனால் அன்று யாராலும் அவனை கட்டுப்படுத்த முடியவில்லை. அழுதான், கத்தினான், அடித்தான், மிதித்தான். சித்தப்பாகூட பயந்துவிட்டார். அப்போது மெலிதான கிண்கிணி மணியோசையுடன் அம்மா படியிறங்கி வந்தாள்.

அம்மாவே இறங்கி வருவது அங்கு பெரிய நிகழ்வு. கதை சொல்வது அதைவிட. அவள் கீழ்த்தளத்துக்கு அரிதாகத்தான் வருவாள். பெரும்பாலும் மேல்தளத்தில் தன்னுடைய அறையில்தான் இருப்பாள். கௌதமன் அங்கு செல்லக்கூடாது என்பது அங்கே எழுதப்படாத விதி. அவன் பகலில் எப்போதும் அந்தக் கண்ணாடிச்சுவருக்கு அருகேதான் அமர்ந்திருப்பான். மூன்று அக்காக்கள் மாறி மாறி கதைசொல்லக் கேட்டுக்கொண்டிருப்பான். இரவானால் அடித்தளத்தில் தன் அறைக்கு செல்ல வேண்டும். தனி அறை. அவன் தனியாகத்தான் உறங்க வேண்டும்.

அன்று அம்மாவே வந்ததைப் பார்த்து எல்லோரும் பேசாமல் சிதறினார்கள். கௌதமனும் தன் அழுகையை கட்டுப்படுத்த முயற்சித்தான். அம்மாவுக்கு சத்தம் பிடிக்காது என்று அக்காக்கள் அவனிடம் சொல்லிவைத்திருந்தார்கள். ஆனால் வலி தாளாமல் அவனையும் மீறி விசும்பல்கள் வெளிவந்தன. கன்னங்கள் நனைந்திருந்தன. அவனால் கட்டுப்படுத்த முடியவில்லை. 'அம்மா, வலிக்குது, வலிக்குது' என்று முனகி அழுதான். அப்போதுதான் அம்மா அவனை தன் மடியில் அமரவைத்துக்கொண்டு பெரிய கண்ணாடிச்சுவர் வழியாக பூமியின் பேருடல் வளைவை நோக்கியபடி, ஒரு கையால் அவன் அடிவயிற்றையும் மறுகையால் அவன் தலையையும் மாறி மாறி வருடியபடி, அக்கதையை சொன்னாள்.

அவளுடைய உடலின் ஸ்பரிசம் அவனுக்கு புதிதாக இருந்தது. ஆனால் அந்நியமாக இல்லை. வலியிருந்தாலும் அந்தத் தொடுகையிலேயே எல்லாம் தெளிந்து அச்சமெல்லாம் மறைந்து சிம்மாசனத்தைக் கண்டடைந்த இளவரசனைப்போல் அவருக்குள்ளே தன்னை புதைத்துக்கொண்டான். இங்கே என்ன வைத்திருக்கிறாள் என்று கனவில் சொக்கியவனாக அவள் நெஞ்சை தன் உள்ளங்கையால் அழுத்திப்பார்த்தான். அவள் சொல்லத் தொடங்கியதும் கட்டை விரலை சப்பியபடியே கதை கேட்டான்.

சுசித்ரா

அம்மா உடலை முன்னும் பின்னும் ஆட்டிக்கொண்டே அதே கதியில் அவனைத் தட்டிக்கொண்டே அவர்களுக்கு முன்னால் கருவெளியில் பூத்திருந்த புவியை சுட்டிக்காட்டினாள். கண்ணாடிக்கப்பால் பார்வையை நிறைத்த பெரிய வளைந்த உடல் கொண்டிருந்தது புவி. அவள் ஒரு நீலப்பசு, என்று அம்மா சொன்னார். அவளுடைய சீரான வளைவுகளை அறுத்துக் கிழித்ததுபோல் ஒரு வட்டவடிவமான பிளவு நட்டநடுவே தெரிந்தது. பாதாளத்துக்குத் திறக்கும் ஒரு ராட்சச வாய். பூமியின் குடல்களை உருவி வெளியே வைத்ததுபோல் பழுத்த பொன்நிறத்தில் அவள் உடல் திறந்திருந்தது. கௌதமனின் தலையை வருடியபடி ‘பார், அவளும் அலறுகிறாள். உன்னைப்போலவேஅவளுக்கும் வலிக்கிறது. வலியில் அவள் உன் சகோதரி’என்றாள்.

அவ்வளவு நாட்களாக அந்தக் காட்சியை பார்த்துத்தான் வளர்ந்திருந்தாலும், அன்றுதான் அவனுக்கு அது புரிந்தது. அம்மாவை திரும்பி நோக்கி “ஓ” வென்று வாயைக் குவித்தான். அப்படியென்றால், எப்போதுமே இப்படி இருந்ததில்லையா, அவளுக்கு என்ன ஆனது, என்றான். பூமிக்கு பெரிய காயம் பட்டுவிட்டது என்றாள் அம்மா. உள்ளே என்ன தங்கம், என்று அவன் கேட்டான். அது சூரியன், என்றாள் அம்மா. வெளியே ஒரு சூரியன் இருப்பதுபோல் பூமிக்கு உள்ளேயும் ஒரு சூரியன் இருக்கிறது. ஓயாமல் எரிந்துகொண்டிருக்கிறது. நீ பார்ப்பது அதன் தங்கக் குழம்பைத்தான், என்றாள். நான் சிறுமியாக இருக்கும்போது நிகழ்ந்த பெரும்போரில் பூமியின் நிலம் அறுக்கப்பட்டது. அது பிளந்தபோது தங்க நெருப்பு மேலேறி வழிந்தது. இன்னும் உறைந்து கட்டாமல் வழிந்துகொண்டுதான் இருக்கிறது. மானுடர் யாரும் அதன் அருகே வாழ முடியாது, அதனால்தான் நாம் இங்கே வந்துவிட்டோம், என்றாள். அப்படியென்றால் பூமியில் மனிதர்களே இல்லையா என்றான். அம்மா அவனை தட்டுவதை ஒருகணம் நிறுத்தி, இருக்கிறார்கள், என்று மெதுவாக சொன்னார்.

அப்போதுதான் அம்மா கர்ணன் பிறந்த கதையை சொன்னார். பூமிக்குள் இருக்கிறது என்று சொன்னேனல்லவா? அதேபோல் கர்ணனின் அம்மாவுக்குள்ளும் ஒரு சூரியன் இருந்தது. அந்த வெம்மையின் ஆற்றலால் அவளுக்கு ஒரு குழந்தை பிறந்தது. பொன்னொளிர் கவசமும் மணிக்குண்டலமுமாக அவன் இறங்கி வந்தான். இப்படியும் ஒரு மானுடனா, இவன் தேவன் அல்லவா, தேவகுமாரன் அல்லவா என்று எண்ணும்படியாக கண்நிறைக்கும் பேரெழிலுடன் இருந்தான். ஆனால் அவன் அம்மாவால் அவனை தன்னுடன் வைத்துக்கொள்ள முடியவில்லை. கண்ணும் நெஞ்சும்

நிறைய அவனை அணைத்து, கொடிக்கூடையில் வைத்தாள். அவளுக்கு தாளவில்லை. அவனை மீண்டும் அள்ளி அணைத்து உடலில் ஓரிடம் மிச்சமில்லாமல் முத்தமிட்டாள். போகாதே, போகாதே என்று சொல்லிக்கொண்டே அவனை அந்தக் கூடையில் வைத்தாள். குளிரடிக்குமே என்று அவன் உடலை போர்த்தி மூடினாள். இல்லை, எனக்கு வேறு வழியில்லை, என்று தனக்குள் சொல்லியபடி அதனை மெல்ல ஆற்றில் மிதக்க விட்டாள். அப்போது உதித்த சூரியனின் கதிர்கள் நீரைத்தொட அது அனலாக மாறியது. அவன் அந்த நதியில் மிதந்து தூரதூரமாக எங்கேயோ செல்வதை அவன் மறையும்வரை பார்த்தாள். உடலின் நரம்புகள் எல்லாம் வரிசையாக துண்டித்து அறுந்தவளாக கர்ணனின் அம்மா கரையில் நின்று கதறி அழுதாள்.

கௌதமன் வாயிலிருந்து விரலை எடுத்து அம்மாவிடம் திரும்பி, அவள் ஏன் அவனை ஆற்றில் விட்டாள், என்று கேட்டான். அம்மா சற்று நேரம் ஏதும் பதில் சொல்லாமல் அவன் தலையை கோதினாள். பின், அவன் அம்மாவால் வேறெதுவும் செய்திருக்க முடியாது, அவளுக்கு வேறு வழியில்லை, அவளை மன்னித்துவிடு என்றாள். அவள் தூரத்தில் காணாத எதையோ, அல்லது யாரையோ பார்த்துப் பேசுவது போல் இருந்தது. அவள் குரல் அங்கிருந்து மிதந்து வந்தது. எப்படியும் அவனும் ஒருநாள் தான் என்று தருக்கி நின்று அவளை உதைத்துவிட்டு பிரிந்து செல்லப்போகிறவன்தானே? என்றாள். அம்மா அவனை தன்கூடவே வைத்துக்கொள்ள முடியாதல்லவா, என்றாள். கௌதமன் எம்பி அம்மாவின் கண்களை சிறிய உள்ளங்கைகளால் துடைத்தான். அம்மா, அழாதே, நான் எங்கேயும் போக மாட்டேன், என்றான். அப்போது அவன் தன் வலியை மொத்தமாக மறந்துவிட்டிருந்தான்.

அதற்குப் பிறகு அம்மா இறங்கி வரவில்லை. அவள் கௌதமனுக்கு வேறெந்தக் கதையையும் சொல்லவுமில்லை. ஆனால் அம்மா சொன்னதனாலேயே அந்தக்கதையை கேட்ட நாளிலிருந்து அது கௌதமனுடைய கதை, கௌதமனுக்கு மட்டுமேயான கதை என்று கௌதமன் கற்பனை செய்துகொண்டான். அக்காக்களிடமோ சித்தப்பாவிடமோ கூட அந்தக்கதையை அவன் சொல்லிக் காட்டவில்லை. ஆனால் அவன் வளரும்தோறும் தன் நினைவுக்குள் பொதிந்து வைத்திருந்த அந்தக்கதையை மீண்டும் மீண்டும் வெளியே எடுத்து சிறுவர்கள் முயல்குட்டியை வருடுவதுபோல் தொட்டுத்தட விப்பார்த்துக்கொண்டான்.

அதன்பிறகு அவன் கேட்ட எல்லா கதைகளுடன் அந்தக்கதை எப்படியோ இணைந்துகொண்டது. அந்தக் கதையில் வலி இருந்தது.

ஆனால் அவன் அந்தக்கதையில் ஒரு இனிமையையும் காணத்தொடங்கினான். பழக்கப்பட்ட வலியின் வருகை தரும் இனிமை போல. சிலபோது அவனுடைய அன்றாட வலி உடலை கவ்வி எரிக்கும்போது கௌதமன் தன்னை ஆற்றில் ஒழுகிச்செல்லும் தங்கக்கவசமணிந்த கர்ணனாகக் கற்பனை செய்துகொள்வான். கரையில் அவன் அம்மா முகம் தாழ்த்தி அழுதுகொண்டிருப்பார். அவன் அந்த அழுகையைப் பார்த்தபடி ஆற்றிலிருந்து வானை நோக்கி சிரிப்பான். பெரிய சிவந்த ஒளிச்சுடராக சூரியன் அவனை பார்த்துக்கொண்டிருக்கும். கௌதமனின் இளம் உள்ளம் அந்தக் காட்சியுடன் ஒன்றும்போது அதுவரை நீடித்த வலியின் உணர்வு மாறுபடும். எம்பிக் குதித்து சிவந்த சூரியனைப் பிடித்து கீழே இழுத்து கைக்கடக்கி கொண்டுவரவேண்டும் என்ற வேகம் அவன் உடலில் எழும்.

இப்போது கேட்டால், அந்த இடைவிடாத வலியை தவிர்த்துப் பார்த்தால் தன்னுடைய குழந்தைப்பருவ நாட்கள் பெரும்பாலும் மகிழ்ச்சியானதாகவே இருந்ததாக கௌதமன் சொல்வான். ஒவ்வொரு நாளும் பூமி உதிப்பதை பார்த்தபடி தன் அறையில் எழுவான். வந்து பெரியகூடத்தில் கண்ணாடிச்சுவர் அருகே உட்காருவான். அக்காக்கள் உணவுடன் வருவார்கள். சூரியக்கதிர்களிலிருந்து நேரடியாக தயாரிக்கப்பட்ட உணவு. அவர்கள் உணவை ஊட்ட ஆரம்பித்துவிட்டால் சாப்பிட்டு முடிக்கும்வரை வாய் திறக்கக்கூடாது. ஆனால் அவன் சீக்கிரமே சாப்பிட்டுவிடுவான்.

உணவுவேளை முடிந்ததும் அக்காக்கள் முந்தைய நாட்களில் கேட்ட பழைய கதைகள் சிலவற்றை அவனை சொல்லச்சொல்லிக் கேட்பார்கள். அதன் பிறகு அன்றைக்கான புதிய கதைகளை அவர்கள் சொல்வார்கள். வீரக் கதைகள், சோகக் கதைகள், பயணக் கதைகள், போர்க் கதைகள், காதல் கதைகள், குடும்பக் கதைகள், பேய்க் கதைகள், பாலியல் கதைகள், திகில் கதைகள், துப்பறியும் கதைகள், நீதிக் கதைகள், நாட்டுப்புறக் கதைகள், தேவதைக் கதைகள், தத்துவக் கதைகள் என்று எல்லா விதமான கதைகளும் அதில் அடக்கம். என்ன, அவனுக்கு அந்த வேறுபாடுகள் தெரியாது. அவனைப் பொறுத்தவரை எல்லாமே பூமியின் கதைகள்தான். குறுக்காக கேள்வி கேட்கக்கூடாது என்பதால் கதைகளை பாதி புரிந்து, பாதி புரியாமல் கேட்பான். இருந்தாலும் எல்லாவற்றையும் அவர்கள் சொல்லச்சொல்ல அப்படியே உள்வாங்கும் திறன் அவனுக்கு இருந்தது. கதைகளில் வரும் இடங்களை, பெயர்களை, விவரணைகளை உடனுக்குடன் தனியாக பிரித்துவைத்துக்

கொள்வான். சரியாக நினைவிருக்கிறதா என்று திரும்பச் சொல்லிப்பார்ப்பான். அப்படி நாள் முழுவதும் கதை கேட்பான்.

அன்று கேட்ட கதைகளெல்லாம் அவனுக்குள் நூலாக திரியாக ஓடிக்கொண்டிருக்கும். இரவில் மல்லாந்து கண்சொக்கிப் படுத்தால் விளக்கொளியில் கூரைநிழல்கள் கதையின் காட்சிகளைப்போல் தெரியும். அவை மங்கி உருமாறும். இரவெல்லாம் அவற்றை பின்னல் போட்டுக்கொண்டே இருப்பான். ஒன்றுடன் ஒன்று தொடுத்துக்கொண்டே இருப்பான்.

ஒரு கதையில் தொடங்கி சற்று நேரம் கழித்துப்பார்த்தால் வேறொரு கதையில் சென்று முடிந்திருப்பான். என்ன நிகழ்ந்ததென்றே தெரியாது. ஆனால் அதிலிருந்து ஒரு புதுக்கதை பிறந்திருக்கும். ஆச்சரியத்துடன் தனக்குள் அந்தப் புதுக்கதையை சொல்லிச்சொல்லி நினைவாக்கிக் கொள்வான். தந்தையும் மகனும் ஒருவரையொருவர் அறியாது போர்க்களத்தில் சந்தித்துக்கொள்ளும் கதையை அன்று கேட்டிருப்பான். அது தனக்குள் நிகழ்ந்துகொண்டிருக்கும்போதே திடீரென்று பலநாட்களுக்கு முன்னால் கேட்ட பதின்மூன்றாம் நூற்றாண்டு சீனக்கதை ஒன்று நினைவில் எழும். வேடிக்கையான கதை. வீரியத்தை அதிகரிக்கிறேன் என்று சொல்லி ஊரில் அத்தனை பேரையும் ஏமாற்றி குரங்குக்குறிகளை உடலில் பொருத்திவிட்டு ஓடிவிடும் தந்திரக்கார மருத்துவனின் கதை. கௌதமனுக்கு போரென்றாலும் தெரியாது, வீரியமென்றாலும் தெரியாது. அந்தக்கதையே ஒரு புரியாத நெளிவாக, கோணல் சுழிப்பாக, அசட்டுச் சிரிப்பாக உள்ளே கிடந்தது. ஏன் அக்கதைகளை இணைக்கிறான் என்று கேட்டால் அவனால் சொல்லவும் முடிந்திருக்காது. என்ன தொடர்பு என்று அவனுக்குப் புரியாது. ஆனால் இயல்பாக அவன் உள்ளம் அந்த முடிச்சைப் போட்டது. இப்படி புதிது புதிதாக கதைகளை அவனே உண்டுபண்ணுவான். அப்படியொரு புதிய கதையை கண்டுபிடித்துவிட்ட குதூகலத்தில் அவன் உள்ளம் எழுச்சிகொள்ளும். அடுத்தநாள் யாரிடமாவது சொல்லிக்காட்டவேண்டும் என்று நினைத்துக்கொள்வான்.

ஆனால் அவனை தினம் தினம் வாட்டிய வலி அப்படித்தான் தொடங்கும். அக்கதைகளின் தொடர்பு புரியாமல் மீண்டும் மீண்டும் அசைபோட்டுக்கொண்டு வட்டமடித்துக்கொண்டே இருப்பான். வேறுவேறு கதைகளில் கேட்டவை குழிக்குள் மண் சரிவதுபோல சலசலவென்று மண்டையை நிறைக்கும். ஓடிக்கொண்டே இருக்கும் மண்டை. சூடாகும். உலோகங்கள் தீப்பொறி பறக்க உரசிக்கொள்ளும். அடிவயிற்றில் தொடங்கும் அந்தக் கொடியவலி. கௌதமன் அதன்

சுசித்ரா • 87

வருகையை உணர்ந்து முனகுவான். தோலை மட்டும் அறுத்து மெல்ல உரித்து உருவி அதற்கடியில் எரியும் கங்குகளை அடுக்கிவைத்தாற்போன்ற வலி. தீயேறுவதுபோல் அது முதுகுத்தண்டில் தொற்றி உச்சிமுனைக்கு ஏறும். அடிபாதம் வரை இறங்கி நகக்கண்களை குத்தும். கௌதமனின் தொடைகள் வலியில் துடிக்கும். வலி தலைக்கேறும்போது தாங்காமல் கௌதமன் அலறுவான். பிரகாசமான செவ்வொளி கண்ணை நிறைக்கும். நட்சத்திரங்களாக கண்ணுக்குள் மின்னும்.

அப்போது உலகம் உடைவதுபோல் காட்சிகளாக, ஒலிகளாக, வாசகங்களாக கதைகளெல்லாம் அவனுள் சிதறும். சரியும். ஒளிவட்டத்தின் ஒளி ஏறி ஏறி வலி நெருப்பு சீழும் கொப்பளமுமாக உச்சி மண்டையில் வெடிக்கும்.

பின் எல்லா உணர்வுமே அழிந்துவிடும். மௌனம். வெட்டவெளித் தனிமை. திசைக்காற்றுகள் பந்தாட அவன் மட்டும் தன்னந்தனியாக நின்றிருப்பான். அது ஒரு இடைவெளி. அவன் சற்றே சமநிலையடைந்து சுற்றும்முற்றும் பார்த்து வேதனையில் மெல்ல எழுந்து அமர முயற்சிப்பான்.

அதன்பின் வலி மெல்லிய முனகலுடன் மீண்டும் திரும்ப வரும். மீண்டும் வலிமலையேற்றம். மீண்டும் சிதைவு. மீண்டும்.மீண்டும். மீண்டும். பாதிநாள் பற்களை இறுக்கி கண்களில் கண்ணீர் சோர்ந்தபடிதான் அவன் விழிப்பான்.

கௌதமன் வளரும்தோறும் அவன் அனுபவித்த வலியின் தீவிரம் சளைக்கவேயில்லை, அதிகரித்தபடியேதான் இருந்தது. அதன் குணமும் நிறமும் மாறினாலும், அந்த வலியை உருவாக்கிய காட்சிப்பிரவாகம் மாறினாலும், அது சென்றுசேரும் உச்சிமுனை மாறவேயில்லை. தலைக்கு மேல் செம்பொன் மணியெனப்பழுத்த ஒளி. கண்ணை நிறைத்து ஒளியால் குருடாக்கியது. பின் ஒரு நொடியில் வெடித்துச் சிதறி வெட்டவெளிக் கருமையில் தூக்கி எறிந்தது. அவன் வளரும்தோறும் கேட்ட கதைகளின் வழியே கிட்டத்தட்ட ஒவ்வொரு நாளும் அவனுக்குள் அந்த நிலையிழத்தல் நிகழ்ந்தது.

ஆனால் அதுவரை கேட்ட எந்தக்கதையையும்விட தன்னை மொத்தமாக நிலையிழக்கச் செய்த கதையை கௌதமன் தனக்கு பதினோரு வயதானபோது முதன்முறையாக கேட்டான். அது ஒரு பழைய நாடகக்கதை என்று அக்கா சொன்னாள்.

அதன் நாயகன் சுடுகாட்டில் ஒரு மண்டையோட்டை கண்டடைவான். அதை காதருகே வைத்து குலுக்கிப்பார்ப்பான்.

அது அவனை பதிலுக்கு பார்வையற்ற ஓட்டைகள் வழியாக வெறித்துப்பார்க்கும். பல்லிளிக்கும். அவன் அதனுடன் உரையாடுவான். அந்த மண்டையோட்டுக்குள் ஏதோ ரகசியம் இருப்பதாக உணர்வான். ஆனால் அவனைச் சுற்றி இருப்பவர்களெல்லாம் அதனை அவனிடம் சொல்லாமல் மறைத்து சதிசெய்வதாக எண்ணுவான். அதை புரிந்துகொள்வேன் என்று கங்கணம்கட்டிக்கொண்டு தான் ஒரு பைத்தியக்காரன் என்று நாடகம் ஆடி எல்லோரையும் வேவு பார்ப்பான்.

அப்போது பரிதாபமாக அவனுடைய பேதைக்காதலி குறுக்கே வந்துவிடுவாள். அவன் வைத்த பொறியில் சிக்கிக்கொண்டு அவனுக்கு உண்மையிலேயே பைத்தியம் பிடித்துவிட்டதாக நம்பிவிடுவாள். அவளுக்கு புத்தி பேதலித்துவிடும். ஆற்றில் விழுந்து அதன் ஒழுக்கோடு அவன் பின் தொடர முடியாத படி போகாத ஊருக்கு சென்றுவிடுவாள்.

இக்கதையைக் கேட்ட இரவு கௌதமனின் எண்ண ஓட்டத்தில் அந்த மண்டையோடு வந்தபோது அவனை அறியாமலேயே அவன் தன்னுடைய தலையைத் தொட்டுத்தடவிப் பார்த்தான். இரும்புப் பந்துபோல் நெகிழ்வே இல்லாமல் கனமாக திடமாக இருந்தது. சற்றுநேரம் அப்படியே இருந்தவன் அக்கதையை மீண்டும் தனக்குள் சொல்லிப்பார்த்தான். அந்த இளைஞனுக்கு புத்தி பேதலிக்கிறது. அவன் தன்னை விரும்பிய பெண்ணை மோசமாக திட்டுகிறான். நிராகரிக்கிறான். அவள் பைத்தியமாகிறாள். ஆற்றில் விழுகிறாள். ஆற்றின் ஒழுக்கோடு செல்கிறாள்...

அந்த இணைவு அவனுள் உதித்ததும் மண்டையே பிளந்துவிடும் என்பது போன்ற வலி ஏறியது. அப்படியொரு வலி அதற்கு முன்னால் வந்ததே கிடையாது. கண்களில் கூசும் ஒளி திரண்டு வடிவம் கொண்டது. அந்த ஆறு. அதே ஆறு. கர்ணனை அவன் அம்மா கைவிட்ட அதே ஆறு. உடல் முழுவதும் எரிந்தது. கொடுக்குகளாகக் கொட்டியது. போர்வைகளையும் ஆடைகளையும் கிழித்துக் களைந்தான். எதையோ தேடித் துழாவுபவன்போல் உடல் முழுவதும் பிராண்டிக்கொண்டான். தலைக்கு மேல் செஞ்சூரியன்போல் ஒளி அணையாமல் நின்று எரிந்தது. வலியில் துடித்து படுக்கையை அறைந்தான்.

அன்று இரவெல்லாம் கௌதமன் அந்த ஆற்றில் ஒழுகிச் சென்றான். அது தீயாறு. செங்கனலாகத் தகித்தது. ஒரு கரையில் கர்ணனின் அம்மா அழுதுகொண்டிருந்தாள். மறுகரையில் அந்த மண்டையோட்டு இளைஞன் சோகமாக வாய்பேசாமல் அவனையே

பார்த்துக்கொண்டிருந்தான். ஆற்றில் கௌதமன் அலறிக்கொண்டே இருந்தான். ஆனால் சத்தமே எழவில்லை.

ஆம், கௌதமனுக்கு அக்காக்கள் சொன்ன கதைகளெல்லாம் அவன் வயதை மீறியவை. ஆனாலும் முழுவதும் சொல்வார்கள். அவனும் முடிந்தவரை அர்த்தப்படுத்திக்கொள்வான். அவர்கள் கதைகள் மட்டும் சொல்வதில்லை. கவிதைகளும் பாடுவார்கள். நெகிழ்வான மனநிலையில் இருந்தார்களென்றால், இனிய, ஏக்கம் நிறைந்த, சோகம்தோய்ந்த நாட்டுப்புறப் பாடல்களை பாடுவார்கள். அப்போது கௌதமன் அவர்களுடைய முகங்களைக் கண்டு அவர்களை அணைத்துக்கொள்ள ஓடிவருவான்.

ஆனால் அக்காக்களை அவன் தொடக்கூடாது என்பது அங்கே விதி. அப்படிப்பட்ட நாட்களில் அம்மா தன்னை அணைத்துக்கொண்டு கதைசொன்ன அந்த ஒற்றைத்தருணத்தை ஏக்கத்துடன் நெஞ்சில் மீண்டும் மீண்டும் ஓட்டிப்பார்ப்பான் கௌதமன். அம்மாவின் உடலின் நெருக்கமும் மென்மையும் குழைவும் கதகதப்பும் ஒரே நேரத்தில் மிக அந்நியமான ஒன்றாகவும் மிகமிக பரிச்சயமான ஒன்றாகவும் இருந்த விந்தை நினைவுக்கு வரும்.

கௌதமனை அந்த வீட்டில் தொடக்கூடிய ஒருவர் சித்தப்பா மட்டும்தான். சித்தப்பா கதை சொல்ல மாட்டார். அதிகம் பேச மாட்டார். அவர் மீன் போன்ற மனிதர். ஒல்லியான சதை ஒட்டிய வழவழப்பான கருப்பு உடல் கொண்டவர். மீன்போல பெரிய உதடுகள் எப்போதும் பாதிப்புன்னகையில் திறந்திருக்கும். மீன்போலவே திரைமறைத்த கண்கள். அவர் உடலின் வாசத்தை கௌதமனின் எண்ண ஓட்டம்தான் கேட்ட கதைகளில் வரும் மீன்வாசத்துடன் அனிச்சையாக தொடர்புபடுத்திக்கொண்டது. கௌதமனுக்கு வலியெடுக்கும்போது சித்தப்பா எதுவும் பேசாமல் அவனை அணைத்துக்கொள்வார். அக்காக்கள் இல்லாதபோது கன்னத்தில் முத்தம் கொடுப்பார். அவருடைய முத்தங்கள் மறந்து தொலைத்த ஏதோ ஒன்றை மீட்டெடுக்க முயற்சிக்கும் நினைவுபோல தயங்கியபடி இருக்கும். ஆனால் அவர் கை கௌதமனின் கையை பற்றும்போது அந்தத்தொடுகை பாதிமறந்த நினைவாக தான் திடமானவன் தான் என்று சொல்வதுபோல் இருக்கும். அவரைத் தொடும்போதும் அதே திடத்துடன் அவர் கையை பிடிக்கவேண்டும் என்று கௌதமன் கற்றுக்கொண்டான். ஏனென்றால் தன்னைத்தவிர அவரையும் அங்கு வேறுயாரும் தொடுவதில்லை என்று கௌதமனுக்கு தெரியும். அதை உணரும்போதெல்லாம் உள்ளே மெல்ல வலிக்கும். மண்டையோட்டுடன் பேசும் அந்தப் பையன்

ஏனோ நினைவுக்கு வருவான். ஆகவே கிடைத்த சந்தர்ப்பங்களிலெல்லாம் அவன் அவரை தொடுவான். அவருக்கும் தனக்கும் மட்டும் தெரிந்த ஏதோ இரகசியம் இருப்பதுபோல் தலைசாய்த்து சிரிப்பான்.

கௌதமனுக்கு சித்தப்பாதான் குளிப்பாட்டிவிடுவார். முக்கியமான காரணம் கௌதமனுக்கு தன்னுடைய ஆடைகளை தானே ஒற்றையாளாக கழற்றிக்கொள்ள தெரியாது என்பதுதான். திருகாணிகளை துளைகளிலிருந்து எடுத்து மீண்டும் பொருத்த யாராவது உதவி செய்தாக வேண்டும். ஆகவே வாரம் ஒரு முறை சித்தப்பா கௌதமனை தனியாக அழைத்துச்சென்று அவன் ஆடைகளைக் களைவார். புட்டியில் அழுத்தத்தில் வைக்கப்பட்டிருக்கும் காற்றை அவன் உடல் முழுவதும் பொழிந்து மூலை முடுக்கெல்லாம் சுத்தம் செய்வார். புண்ணோ பழுதோ இருக்கிறதா என்று குரங்குக்கு பேன் பார்ப்பதுபோல் அவன் உடலை ஆராய்வார்.

உடலின் ஒவ்வொரு பாகமாக காற்றாலும் கைகளாலும் தீண்டப்படுவதில் கௌதமனுக்கு பெரிய குதூகலம். சிரித்துக்கொண்டே இருப்பான். உன்னுடைய திருகாணிகள் எங்கே என்று சித்தப்பாவின் உடலில் அவன் விளையாட்டாக தேட அவரும் சிரிப்பார். கௌதமன் விளையாடும் நேரம் அது மட்டும்தான். மிக மகிழ்ச்சியான தருணம். அப்போது வலியே இருக்காது.

அப்படி ஒருநாளில் - அப்போது கௌதமனுக்கு பன்னிரண்டு வயதிருக்கும் - சித்தப்பா கௌதமனுக்கு ஒரு ரகசியத்தை காட்டிக்கொடுத்தார். யாரும் ஒட்டுக்கேட்கிறார்களா என்றும் அறைக்கதவு தாளிட்டிருக்கிறதா என்றும் பார்த்துவிட்டு, அவனை அருகில் அழைத்து கால்களை அகற்றச்சொல்லி சின்னக் கண்ணாடியை அடியில் வைத்து, பார், பார் ன்று அவசரமாக சுட்டினார். ஆர்வமாக, சற்றே குறுகுறுப்புடன், அவன் எட்டிப்பார்த்தான்.

கண்ணாடியில் கால்களுக்கிடையே நட்டநடுவில் ஒரு சிவப்புக்கண் தெரிந்தது. வட்டவடிவமாக ஒரு பெரிய புண்போல இருந்தது. அமுக்கினால் சீழ்வழியும் என்பது போல. அப்படி ஒன்று தன் உடலில் இருப்பதை தானே கண்டுபிடித்திருப்பது கடினம் என்று கௌதமன் உணர்ந்தான். சித்தப்பாவை பார்த்தான். கண்களை விரித்து விரலை இடமும் வலமும் ஆட்டிக்கொண்டிருந்தார். வேண்டாம், வேண்டாம், என்று சொல்வதுபோல. ஆபத்து,

வேண்டாம், அதை அழுத்திவிடாதே என்று வெவ்வேறு சொற்களில் மாறிமாறி வாயோரமாக முணுமுணுத்தார். கௌதமன் புரியாமல் அவரையே பார்த்துக்கொண்டிருந்தான்.

ஆனால் அதன் பின் சித்தப்பாவை தொடுவது அவனை ஏதோ செய்தது. விலகினான். அவர் கண்களை பார்க்காமல் இருந்தான். அவரை பார்க்கும்போதெல்லாம் அந்த சிவப்புக்கண் நினைவுக்கு வந்தது. சித்தப்பாவுக்கும் ஒன்று இருக்குமா என்ற கேள்வி அவனுக்குள் மின்னிக்கொண்டே இருந்தது. இல்லையென்றால் அது ஆபத்தானது என்று எப்படி தெரிந்துகொண்டார்?

அதன் இருப்பை அவன் உணர்ந்துகொண்டே இருந்தான். கால்களை அகற்றி வினோதமாக நடக்க ஆரம்பித்தான். அக்காக்கள் கேட்டபோது முகம் சிவந்து தலை குனிந்து ஏதும் சொல்லாமல் நின்றான். அக்காக்களுக்கும் சிவப்புக்கண் இருந்ததா என்ற எண்ணம் அவனுக்குள் எழுந்தது.

அந்த சிவப்புக்கண் அவர்கள் சொன்ன கதைகளிலெல்லாம் இல்லாத இருப்பாக வரத்தொடங்கியது. கேட்ட கதைகளெல்லாம் இரவுகளில் அவன் பின்னித்தொடுத்தபோது சிவப்புக்கண்ணின் இழையும் உள்ளே நுழைந்து தன்னை பார்த்துக்கொண்டிருப்பதை உணர்ந்தான்.

அதன் பார்வையிலிருந்து தப்ப விதவிதமான கதை இழைகளை இழுத்துப் பற்றி கொடிகளில் குரங்குபோல் தாவிப் பறந்து தப்பிக்க முயற்சி செய்துகொண்டே இருந்தான். ஆனால் சிவப்புக்கண் சூரியனைப் போல எங்கிருந்தோ வானத்துமேலிருந்து இலைகள் வழியாக அவனை பார்த்துக்கொண்டே இருந்தது. ஒருநாள் கண்ணாடிச்சுவருக்கு அப்பால் தெரிந்த பூமியைக் கண்டு அதிர்ந்தான். அதன் மையத்தில் தீப்பிழம்பாகத் தெரிந்ததும் ஒரு சிவப்புக் கண்ணாக இருந்தது.

இனிமேல் நானேதான் என்னை சுத்தப்படுத்திக்கொள்வேன் என்று கௌதமன் ஒருநாள் அறிவித்தான். அக்காக்கள் ஏன் ஏன் என்று மாறி மாறி கேள்விகேட்டார்கள். ஆனால் அவன் பதில் ஏதும் சொல்லவில்லை. திடமாக நின்றான். சித்தப்பா ஒரு ஓரமாக அசட்டுத்தனமாக வாயைத் திறந்தும் மூடியும் கைகட்டி நின்றார். ஆனால் அவரும் ஒன்றும் சொல்லவில்லை. பெரிய அக்கா இறுதியாகஅவன் ஆடைகளை மட்டும் இளக்கிக்கொடுத்து, சரி, நீயே போ, என்று அவனிடம் சொன்னாள். ஆனால் அவன் இந்தப்பக்கம் போனதும் அவள் மாடிப்படி ஏறி அம்மாவின் அறைக்குப் போனதை அவன் கவனித்தான். அப்படியென்றால்

தன்னைப் பற்றிய எல்லா செய்திகளும் உடனுக்குடன் அம்மாவின் காதுகளுக்கு போகின்றன. கௌதமன் தன்னையறியாமலேயே கைவிரல்களை முஷ்டியாக மடக்கிக்கொண்டான். உள்ளூற சீறினான். காது அறுந்துவிடும் என்பதுபோன்ற வலி உச்சந்தலையை அறைந்தது.

அன்று தனிமையில் மெதுவாக அவன் அந்த சிவப்புக்கண்ணை முதன்முதலாக தொட்டுப்பார்த்தான். நெருங்கும்தோறும் உள்ளே விண்விண்ணென்று அடித்துக்கொண்டது. தொடைகள் நடுங்கின. கைவிரல் அஞ்சி மெல்ல அதை தொட்டது. தொட்டதும் அவன் உள்ளே இருள்வெளி மொத்தமும் வெடித்துச் சிதறுவதுபோல் இருந்தது. அவன் அதுவரை கண்டிராத ஒளியால் நிறைந்தது.

ஒருநொடி கழித்துதான் எல்லாம் அவனுக்குள் மட்டுமே நடந்துகொண்டிருந்தது என்பதை உணர்ந்தான். அந்த சிவப்புக்கண்ணில் தொடுகையுணர்வே இல்லை. அது வெறும் ஒரு பொத்தான். வழவழப்பாக இருந்தது. அவன் உடலில் மற்ற பாகங்களைத் தொட்டபோது இருந்த தொடுகையுணர்வு அங்கு இல்லை.

இருந்தாலும் அதைத் தீண்டியபோது அவன் உள்ளே உலோகப்பரப்பை உலக்கையால் அடித்ததுபோல் இருந்தது. உச்சிவரை அனலேறியது. கண்கள் செருகின. வெவ்வேறு கதைகளின் துணுக்குகள் உள்ளே கொப்பளித்து மேலேறி ஒன்றுடன் ஒன்று கலந்துகொண்டது. வேகம் கூடக்கூட வண்ணத்துண்டுகளாக அவை வெடித்துச்சிதறின. அதன்பின் எல்லையின்மை. கருமை. மௌனம்.

வாரம் ஒருமுறை அவன் தன்னந்தனியாக இருக்கும் அத்தருணத்தை எதிர்பார்க்கத் தொடங்கினான். ஆடைகளைக் களைய யாராவது உதவி செய்யவேண்டும் என்பதால் இரவில் அதனருகே செல்ல முடியாது. ஆகவே எதிர்பார்ப்பு அதிகரித்தது. அந்த எதிர்பார்ப்பையே தன் அப்போதைக்கான வலிக்கு எதிர்த்திசையில் இன்னொரு விதமான வலியாக, அதிரும் ஏக்கமாக, தன்னுள் உணரத் தொடங்கினான். அதை அடைகையில் அந்த வலி குறையும். அடைந்ததும் இந்த வலி கூடும். ஆனால் அடுத்த வாரத்துக்கான எதிர்பார்ப்பு மீண்டும் வலிகளின் தட்டுகளை சமன்படுத்தும். தோல்வாத்தியக்காரனின் நுண்ணுணர்வோடு வெவ்வேறு வலிகளின் அதிர்வுகளை ஒன்றிலிருந்து ஒன்று பகுத்துப்பிரித்து ஆராயக்கற்றான்.

ஏக்கம் நிகழாமல் போகும் நேரங்களிலும்கூட அதை மீட்டெடுத்துக்கொள்ள வெவ்வேறு நுண்ணிய வழிகளை கண்டடைந்தான். அதனை தான் காணவேயில்லை என்று

புறமுதுகுகாட்டி அலட்சியமாக நிற்பது அதில் முதன்மையான வழி. அதுவே காற்றைப் போல், கதிரவனைப் போல், அவனை அணுகி கரம் விரித்து அவனை அணைத்துக்கொள்ளும் என்று தெரிந்து கொண்டான். எல்லா கதைக்காட்சிகளும் மறைந்து அது கண்ணிறைக்கும் செவ்வொளியாகத் தன்னைச் சூழும். அதன் வைரப்பார்வைகள் கண்ணை குத்திக்கிழிக்கும்.

ஒவ்வொரு முறையும் அந்த சிவப்புக்கண்ணின் தொடுகை மட்டும் தனியாக ஏதாவது உணர்வை அளிக்குமா என்று ஆவலுடன் எதிர்பார்த்தான். வெவ்வேறுவிதங்களாக அதை தொட்டு, தடவி, வருடி, சுரண்டிப்பார்த்தான். ஆனால் அதைத் தொடுவதால் மட்டும் எந்த உணர்வும் ஏற்படுவதில்லை என்று புரிந்துகொண்டான்.

தன்னை கிளர்ச்சியடையசெய்தது அந்த எதிர்பார்ப்புதான். எதிர்பார்ப்பு கதைத்துணுக்குகளின் காட்சிகளாக அவனுக்குள் விரிந்தது. ஆகவே வெறுமனே காட்சிகளை மீட்டெடுப்பது மூலமாகவே அந்த உணர்வை அடைய முடியுமா என்று சோதனை செய்துபார்க்க முடிவுசெய்தான்.

அன்று இரவு தன் அறையில் படுத்துக்கொண்டிருக்கையில் சிவப்புக்கண்ணை நினைத்துக்கொண்டான். உடனே, இயல்பாக, நன்குதெரிந்த ஒரு படம் போல காட்சிகளாக ஒரு ஓட்டம் உள்ளே ஓடியது. அந்த ஒழுக்கு பரிச்சயமானது. ஒவ்வொரு வாரமும் கிட்டத்தட்ட இதே வரிசையில் இதே படம்தான் தனக்குள் ஓடுகிறது என்று ஆச்சரியமாக உணர்ந்தான். ஒரு தனிக்கதை. அவனுக்கு மட்டுமேயான கதை. நன்கு பழகிய பாதையில் செல்லும் விலங்கைப் போல, ஆற்றின் ஒழுக்கோடு செல்லும் உடலைப்போல, எல்லாம் தன்னைத் தானாக நிறைவேற்றிக்கொண்டது.

அதன் பின்னால் ஒவ்வொரு நாள் இரவும் அந்தக்கதையை உள்ளே ஓட்டியே அந்த உணர்வுகளை அடைந்தான். அதை மெதுவாக்கி, வெட்டி, பகுத்து, ஒவ்வொரு காட்சியாக நிலைநிறுத்தி அவனால் அதை பார்க்கமுடிந்தது. உணர்வுகளையும் அதற்கேற்றார்போல் நீட்டிக்கொள்ள முடிந்தது. காலத்தை நிற்கச் செய்ய முடிந்தது. தீயாற்றில் ஒரு யுகத்துக்கு மிதந்தான். அம்மா ஒரு யுகத்துக்கு முகம் மறைத்து அழுதாள். அந்த இளைஞன் ஒரு யுகத்துக்கு மண்டையோட்டிடம் புலம்பினான். நீண்ட கூந்தல் ஆற்றில் விரிய அந்தப் பிச்சியும் ஒரு யுகத்துக்கு மிதந்துசென்றாள். அங்கேயே எல்லா பூரிப்புகளையும் அனுபவித்தான். எல்லா உச்சங்களும் நிகழ்ந்தன. அங்கே நின்றபடியே ஆழத்துலகுக்குச் சென்று கருமையில் கரைந்து மௌனத்தில் அமைந்து வலி மறந்து மீண்டு வந்தான்.

சிவப்புக்கண் அந்த அனுபவத்தின் பெயர்சொல்லும் குறியீடு மட்டுமே என்ற இடத்துக்கு வந்தது. சதுரங்கத்தில் ராஜாவைப்போல. அதைத்தொடுவதைவிட தொடும் கணம் நோக்கி செல்லும் கணங்களே அவனுக்கு முக்கியமென்றானது. அதுவரை செல்லும் தொலைவை நிர்ணயித்த காட்சிகள் அவனைநிறைத்து நிறைத்து தளும்ப வைத்தன. ஆகவே சில நாட்களுக்கு புதிய கதைகளை அவனால் சரியாக உள்வாங்க முடியவில்லை.

ஆனால் வெகுவிரைவிலேயே அந்தக் காட்சிக்கோப்பு அவனை சலிப்படையச் செய்தது. அந்த உணர்ச்சி வேகம் நிகழாமல் போனது, பழைய வலி சலிப்பூட்டும் நமைச்சலுடன் திரும்ப வந்தது. வேறு வேறு கதைகளைத் துழாவி புதிய காட்சிகளை சமைத்தான். மலைப்பாம்புகளும் அருவிகளும் இடுங்கிய சந்துகளும் இருட்டறைகளும் தோன்றின. ஆனால் அதுவும் வெகுவிரைவிலேயே சுவாரஸ்யம் இழந்தது. வலி வந்தபோது ரத்தம் வாங்க வஞ்சத்துடன் காத்திருந்ததைப்போல் அதுவரை தவிர்த்த நாட்களுக்கும் சேர்த்து வட்டியுடன் பலி கேட்டது.

சிவப்புக்கண்ணை நேரடியாக தொட்டால் சரியாகும் என்று வார இறுதிவரை காத்திருந்து பார்த்தான். ஆனால் எந்த உணர்வும் அளிக்காத அந்தத்தொடுகையே அவனை எரிச்சல்படுத்தியது. சூடு தலைக்கேறியபோது மண்டைக்குள் கோபமாக வெடித்தது. அதுவரை அவன் அறியவே அறியாத ஆவேசம் அது.

அப்போது அவனுக்கு பதினைந்து வயதிருக்கும். கேட்ட கதைகளிலிருந்து அந்த வயதில் அவனுக்கு மீசை இருக்கவேண்டும் என்ற பிரக்ஞை வந்திருந்தது. ஆனால் முகத்தில் அப்படி ஏதும் நிகழ்வதற்கான அறிகுறிகள் இல்லை. ஆகவே அவனே மையை வைத்து மூக்குக்கடியில் ஒரு சின்ன மீசையை வரைந்துகொண்டு வீட்டைச் சுற்றி வலம் வந்தான். அக்காக்கள் அதை கண்டதாக காட்டிக்கொள்ளவில்லை. ஆனால் வரைந்த அன்றே செய்தி மேல்மாடிக்கு செல்லும் என்று அவனுக்குத் தெரியும். அக்கா மேலேறிச்செல்வதை பார்த்தபோது குப்பைத்தொட்டியை ஓசையெழ போட்டு அடித்து நொறுக்கினான்.

சித்தப்பா அவன் மீசை வரைந்திருந்ததை பார்த்தார். ஆனால் அவரும் பார்த்ததாகக் காட்டிக்கொள்ளவில்லை. ஓரிரு வாரங்களுக்குப் பிறகு ஒருநாள் அவராக வந்தார். கௌதமன் கண்ணாடிச்சுவருடன் ஒடுங்கி அமர்ந்திருந்தான். யாரும் சுற்றி இல்லையே என்று பார்த்து அவனை தயக்கத்துடன் அணுகி, தோளிலும் தலையிலும் பாசமாக தடவினார். அவன் நிமிர்ந்து பார்த்தான். சற்றே அச்சத்துடன்

புன்னகைத்தார். அருகே உட்காரலாமா என்று கேட்பதுபோல் தயங்கி நின்றார். அவர் சிவப்புக்கண்ணை பற்றித்தான் பேச வந்திருந்தார் என்று எப்படியோ உணர்ந்தான்.

அன்று கேட்டிருந்த கதைகளிலிருந்து காலையிலிருந்தே நமநமவென்று அடிவயிற்றில் வலி ஆரம்பித்திருந்தது. பழகிய வழிகள் எவையும் ஒத்துழைக்கவில்லை. வலி ஏறிக்கொண்டே இருந்தது. அப்போது சித்தப்பா வந்தது கௌதமனுக்கு எரிச்சலாக இருந்தது. உதடுகளைப் பிரித்து பற்களைக் காட்டி முஷ்டிகளை இறுக்கி சீறுவதுபோல் ஒலி செய்தான். அவர் ஓரடி பின்னால் எடுத்து வைத்தார். கௌதமன், “ஏதாச்சும் பேசின, மூஞ்சிய பேத்துப்புடுவேன். தாயோளி” என்றான். அந்த வார்த்தைக்கு அர்த்தம் அவனுக்குத்தெரியாது. அவனுக்கு சொல்லப்பட்ட ஏதோ கதையில் வரும். அதுவரை அவன் வாயில் வந்ததில்லை. ஆனால் சரியான நேரத்தில் விந்தையென வசனம்போல் பொருத்திக்கொண்டு வந்துவிட்டது.

சித்தப்பா முகம் சுருங்கிப் பின்வாங்கினார். அவரால் அதை நேரடியாக விளங்கிக்கொள்ள முடியவில்லை என்றாலும் கௌதமன் சொன்ன வார்த்தையின் வீரியம் புரிந்தது. முகத்தை பயத்தில் திருப்பிக்கொண்டார். பின் மீண்டும் ஏதோ தோன்ற திரும்பி அவனை நெருங்கி தோளில் கைவைத்து அவரசரமாக, “அப்பா. உன் அப்பா. அதை அழுத்திக்கொண்டார்” என்று முணுமுணுத்தார். “அது கெட்டது. அங்கே போகாதே” என்றார்.

கௌதமன் கண் சுருங்க அவரை பார்த்தான். ஓரடி பின்னால் எடுத்து வைத்தான். பின் ஓடிச்சென்று தன் அறைக்கதைவை தாளிட்டு முழங்கால்களை கட்டிக்கொண்டு மூச்சுவாங்க அமர்ந்தான்.

அப்பாவா? அவனுக்கு அப்பா இருந்தாரா? அவன் நெஞ்சு அடித்துக்கொண்டது. சிலநாட்களாகவே அவனையறியாமல் அவனுள் மெல்லிய சுருளாக புகைபோல் கிளர்ந்துவிட்டிருந்த கேள்வி. இப்பொது சித்தப்பா அதற்கு வடிவம் கொடுத்து விட்டிருந்தார். வலியேறுவதைப்போல் உணர்ந்தான். அது எழும் அலைக்காக காத்திருந்தான். ஆனால் வரவில்லை.

ஒரே நொடியில் கேள்விகள் ஒன்றன்பின் ஒன்றாக சரிந்து அவனை தாக்கின. தான் யார்? ஏன் தனக்கு அம்மா மட்டும் இருக்கிறாள்? அப்பா கிடையாதா? அப்பாவுக்கு என்ன ஆனது? இந்த அக்காக்கள் யார்? என் அக்காவா? சித்தப்பா வேறுமாதிரி இருக்கிறார். மீன் போல. ஏன்? இங்கு வேறு சிறுவர்கள் இல்லை. அப்படியென்றால் இவர்களுக்கு குழந்தைகள் கிடையாதா?

பூமியில் பலகாலம் முன்னால் நடந்த பெரும்போருக்குப் பிறகு அவர்கள் அங்கு குடி வந்துவிட்டார்கள் என்று மட்டும் கௌதமனுக்கு தெரியும். அக்கா அந்தக்கதையை சொல்லியிருக்கிறாள். ஆனால் பூமியில் இன்னும் மனிதர்கள் இருக்கிறார்கள் என்றும் சொல்லியிருக்கிறார்கள். அப்படியென்றால் ஏன் அவர்கள் மட்டும் இங்கு வந்தார்கள்? அப்படியென்றால் தான் யார்? தன் கதை என்ன? ஏன் தினந்தோறும் எல்லோரும் தனக்கு கதை சொல்கிறார்கள்? ஏன் தனக்கு எப்போதும் வலித்துக்கொண்டே இருக்கிறது?

அப்போது திடீரென்று அந்த எண்ணத்தை ஒரு தெறிப்பாக அடைந்தான். அந்த சிவப்புக்கண். ஆம், அந்தச் சிவப்புக்கண்தான் விடை. ஏன், எப்படி, என்ன விடை என்று அவனால் சொல்ல முடியவில்லை. ஆனால் அதுதான் விடை. அதுதான் மந்திரம். அதுதான் திறவுகோல். அதை அடைந்துவிட்டால் எல்லாமே புரிந்துவிடும். அதை அழுத்திவிட்டால் எல்லாவற்றுக்கும் பதில் கிடைக்கும். மணி அடிக்கும். விளக்குகள் பற்றிக்கொண்டு எரியும். வாயில்கள் ஒன்றன்பின் ஒன்றாக திறக்கும். அதோ, அங்கே, கருவறையில்... ஆம், அதுதான். எல்லாமே புரிந்துவிடும். அப்படித்தான் இருக்க முடியும். கௌதமன் நினைத்தான், தன்னை இவ்வளவுநாள் ஆட்டிப்படைத்த அந்த உணர்வுகளுக்கெல்லாம் அது ஒன்றுதான் அர்த்தம்பொதிந்த பதிலாக இருக்கமுடியும் என்று.

ஒருவேளை தன்னுடைய அப்பாவும் அதே வழியில் ஒழுகியவரா? அதே கேள்விகளுடன் அதே உண்மையை அறிய அதே எண்ணங்களை அடைந்து அதே சிவப்புக்கண்ணை அழுத்தினாரா? அதைத்தான் சித்தப்பா சொன்னாரா? அப்படியென்றால் சித்தப்பா அதை கெட்டது என்றது? ஆம், என்று கைகளை முறுக்கிக்கொண்டான் கௌதமன். சித்தப்பா எனக்கு அந்த உண்மை தெரிந்துவிடக்கூடாது என்று நினைக்கிறார். இல்லை, சித்தப்பாவாக இருக்க முடியாது. அவர் பாவம். பிள்ளைப்பூச்சி. அவரை ஆட்டுவிப்பது அவள்தான். ஆம், அவளேதான். அவள்தான் நான் எதையும் தெரிந்துகொள்ளாமல் இப்படியே இருக்க வேண்டும் என்று நினைக்கிறாள்.

ஆனால் கௌதமனுக்குள் உள்ளூற பயம் இருந்தது. உண்மையிலேயே அதை அழுத்தினால் ஏதாவது ஆபத்து வந்துவிட்டால்? சித்தப்பா கெட்டவர் அல்ல. அவர் தனக்கெதிராக ஏதும் செய்யக்கூடியவர் அல்ல. அந்த சிவப்புக்கண் இருந்ததையே அவர்தானே தனக்கு காட்டிக்கொடுத்தார்? அப்படியென்றால் தான் உண்மையை கண்டுபிடிக்க வேண்டுமென்று அவரே நினைத்திருக்கலாம் இல்லையா? ஆனால் அது கெட்டது, ஆபத்து,

அழுத்தாதே என்றும் சொன்னார். அது கெட்டது என்பதனால்தான் காட்டிக்கொடுத்தாரா? இல்லை அப்படி சொன்னால் கௌதமன் தானே அதை அழுத்தி உண்மையை கண்டடைந்துவிடுவான் என்று கணக்குப்போட்டாரா? இதில் உண்மையிலேயே ஆபத்து இருக்கிறதா என்று எப்படி கண்டுபிடிப்பது?

கௌதமனுக்கு ஒரு யோசனை தோன்றியது. அக்காக்களின் அறைகளும் கீழ்த்தளத்தில் இருந்தன. அந்தப்பக்கம் அவன் அதிகமாக செல்லமாட்டான். ஆனால் அன்றிரவு அவர்கள் கீழ்த்தளத்துக்கு இறங்கிச்சென்றதும் சத்தம் அடங்குவதுவரை காத்திருந்து அவர்களைப் பின்தொடர்ந்தான். காலடிகளை மெல்ல மெல்ல வைத்து ஓசையில்லாமல் படியில் இறங்கிச்சென்றான். அவர்கள் மூவரும் ஒரே அறையில்தான் படுப்பார்கள். அறைக்கதவுக்கு மேல் சற்றே உயரத்தில் சின்ன ஜன்னல், அதுவழியாக ஒளி கசிந்தது. கௌதமனால் சற்று எம்பினால் உள்ளே நோக்க முடிந்தது. கண்ணாடிக்கப்பால் மெல்லிய திரை வழியாக உள்ளே காட்சி தெரிந்தது. அவர்கள் தன்னை பார்த்துவிடக்கூடாது என்று கவனமாக இருந்தான். ஒளி அவனுக்கு நேராக இருந்ததால் நிழல் விழவில்லை.

அவர்களும் ஜன்னலுக்கு அப்பால் அறையின் ஓரமாக கூடி நின்று ஒருவர் மற்றொருவரின் ஆடைகளை திருகிக்களைந்து கொண்டிருந்தார்கள். உலோகப் பட்டைகளை ஒவ்வொறாக உருவி அடுக்கி சோம்பல் முறித்து உடல் இளகினார்கள். சிரித்துப் பேசிக்கொண்டிருந்தார்கள். உள்ளே அடித்துக்கொள்ள கௌதமன் ஏனென்று புரியாமல் கண்களை திருப்பிக்கொண்டான். அவர்கள் கால்களையே பார்த்தான். அவர்களுக்கும் சிவப்புக்கண் இருந்ததா என்று எப்படியாவது உற்றுநோக்கிப் பார்த்து தெரிந்துகொள்ள வேண்டும் என்றுதான் வந்திருந்தான். இருந்தால் அன்றே ஒருவரைப் பிடித்து அதை அழுத்திப்பார்த்துவிட வேண்டும் என்ற எண்ணமும் அவனுக்குள் எங்கோ ஓரத்தில் கிளைவிட்டிருந்தது. அதை அவன் தன்னிடம்கூட ஒப்புக்கொள்ளவில்லை.

அவனால் அங்கு அதற்குமேல் நிற்கமுடியவில்லை. வலி தொடங்கியது. இதுவரை உணராத மாதிரியான வேறொரு வலி. வலியென்றுகூட சொல்ல முடியாது. ஏக்கம். தவிப்பு. அழுகைவராத சோகம். அங்கிருந்து கிளம்பிவிடு, கிளம்பிவிடு என்று உசுப்பிக்கொண்டே இருந்தது. துக்கமாக வந்தது. அவன் அவர்களைப் பார்த்துக்கொண்டிருக்கிறான் என்று தெரியாமல் அவர்கள் தங்களுக்குள் பேசிக்கொண்டிருப்பதை பார்க்கப் பார்க்க அவனுக்கு அவர்கள்மேல் பெரிய பரிதாபம் எழுந்தது. தன்னைத்தவிர வேறு யாராவது அங்கு நின்று அப்படி பார்ப்பதை தான் கண்டிருந்தால்

அவனை வெறும் கைகளாலேயே அடித்துக் கொன்றிருப்பேன் அல்லவா என்று நினைத்தான். பற்களை கடித்துக்கொண்டான். குமட்டலைப்போல் உள்ளே எழுந்தது. அவனால் அதன்பிறகு அவர்களை பார்க்கமுடியவில்லை. ஒரு கட்டத்தில் வந்த வழியிலேயே திரும்ப ஓசையில்லாமல் சென்றான். தலை தொங்க நடந்தான்.

அன்றிரவு வெகுநேரம் அவன் புரண்டுகொண்டே இருந்தான். அவனை அந்த அனுபவத்தில் மிகவும் சலனமடையச்செய்த விஷயம் அவன் அன்று கண்ட அக்காக்களின் உடல்களுக்கும் தன் உடலுக்கும் எந்த வித்தியாசமும் இல்லை என்பது. ஏதோ வித்தியாசத்தை எதிர்பார்த்துத்தான் அவன் சென்றான். ஆனால் அவன் நினைவு துல்லியமாக சொன்னது. எந்த வேறுபாடும் இல்லை. ஆனாலும் அவர்கள் அக்காக்கள், அவர்களை சென்று அப்படி பார்த்திருக்கக்கூடாது என்று அவன் உள்ளம் புரண்டது.

அப்படியென்றால் அவர்களுக்கும் தனக்கும் வேறுபாடு இருந்தது எங்கே? முகத்தில். முகத்தின் உருவத்தில்கூட அல்ல. அதன் தசையமைப்பில். விரிந்து சுருங்கிய விதத்தில். குரலில். ஒருவேளை நடையில். ஆனால் ஆடைக்குள்ளே உடலில் எந்த வேறுபாடும் இல்லை. ஒருவேளை அவர்களுடைய கால்களை அகற்றி நோக்கினால் அங்கும் அவர்களுக்கு தனக்கிருப்பதைப் போலவே ஒரு சிவப்புக்கண் இருக்கலாம். அது அவர்களுக்கும் ஆபத்தானதாக இருக்கலாம். தெரியாமலேயே சிரித்து மகிழ்ந்து வாழ்கிறார்கள். ஆம், அவனுக்கும் அவர்களுக்கும் அவ்வளவுதான் வித்தியாசம்.

அந்த உணர்வு அவனுக்கு பெரிய ஆச்சரியமாக இருந்தது. அவனும் அவர்களும் ஒன்று. வெவ்வேறல்ல. அப்படியென்றால் அவர்களை மட்டும் ஏன் அக்காவென்று சொல்லவேண்டும்? அவர்களுக்கு மீசை முளைக்கவில்லை என்பதனாலா? அப்படிப் பார்த்தால் தனக்கும்தான் முளைக்கவில்லை.

ஆனால் சித்தப்பா? சித்தப்பாவுக்கு உடலில் திருகாணிகள் கிடையாது. அம்மாவைப் போன்ற குழையும் உடல். அப்படியென்றால் சித்தப்பாவும் அம்மாவும் ஒன்றா? சித்தப்பா அம்மாவைப் போன்றவரா? அவர் உடலும் அம்மாவுடையதைப் போன்றே இருக்குமா? அம்மாவுக்கும் சிவப்புக்கண் உண்டா? அவளாலும் அதை அழுத்திக்கொள்ள முடியுமா?

அடுத்த சில நாட்களில் கௌதமனுக்குள் ஒரு கூர்மையான மாற்றம் நிகழ்ந்தது. அவனும் அதை உணர்ந்தான். ஆனால் ஏதென்று அவனால் சொல்ல முடியவில்லை.

அவன் உள்ளேயும் வெளியேயும் அமைதியானான். ஓரக்கண்ணால் சித்தப்பாவையே கவனித்தான். அவர் நடத்தையை, அவர் பேச்சை, அவர் உடல் நெளிவை, அவர் மீன் வாயை. அவர் கைகளில் புசுபுசுவென்று முளைத்திருந்த முடியை முதன்முறையாக சரிவர கண்டான். மொத்தமும் நரைத்து வெள்ளையாகியிருந்தது. மெலிந்த கைகள். மெலிந்த உதடுகள். மெலிந்த வெண்ணிற புருவங்கள். பாவம்போல இருந்த மனிதர். அவரிடம் திடமென்று எதுவுமே இல்லையா? கௌதமனுக்கு அவரை பார்க்கப்பார்க்க அருவருப்பாக இருந்தது. அவர் கௌதமனின் பார்வையின் வெறுப்பை உணர்ந்தவராக அவன் கண்ணுக்குள் முடிந்தவரை படாமல் விலகிச்சென்றார்.

அன்று மதியம்அக்காக்கள் கீழே சென்றுவிட்டார்கள். கௌதமனும் சித்தப்பாவும் மட்டும் மேல்தளத்தில் இருந்தார்கள். அவன் கண்ணாடிச் சுவருக்கருகே மந்தமாக காலாட்டிக்கொண்டு படுத்தபடி வெளியே பூமியின் பிளவைப் பார்த்துக்கொண்டிருந்தான். உற்று நோக்கினால் அதிலிருந்து வழிவது தங்க பஸ்பத்தைப் போல் தோன்றுகிறதல்லவா என்று நினைத்துக்கொண்டான். தங்கக்குழம்பு. அதில் தன் முகத்தை பார்த்துக்கொள்ளலாம். கைகால்களில் பூசிக்கொள்ளலாம். களிமண்ணைப் போல் பிசைந்து தங்க பொம்மைகளைச் செய்யலாம். சின்னப்பையன்களின் முகத்தில் மட்டுமே தோன்றும் தூரங்களைக் கடந்து வரும் சிரிப்பு அவன் முகத்தை ஒரு கணம் ஒளிரச்செய்தது. ஆனால் அடுத்தகணமே அது மேகம்மூடி அணைத்துவிட்டாற்போல் மறைந்தது. வேறேதோ எண்ணம் அதன் இடத்தை எடுத்துகொண்டது. அவன் முகம் கடுமையானது.

சித்தப்பா அங்கு இருந்ததை அவனில் ஒன்று ஓரக்கண்ணால் கண்காணித்துக்கொண்டிருந்தது. அவர் அவனைப் பார்ப்பதை தவிர்த்து அறையின் மறு எல்லையில் தலை திருப்பி, உடலை ஒடுக்கிக்கொண்டு அமர்ந்திருந்தார். நேரம் போகப்போக கௌதமனின் தலை மெல்ல மெல்ல பகல்வெயில் ஏறுவதைப்போல் சித்தப்பாவின் பக்கம் மொத்தமாக திரும்பியது. ஒரு கட்டத்தில் அவரை நேரடியாகவே வெறுப்போடு முறைத்துப் பார்த்துக் கொண்டிருந்தான்.

திடீரென்று கௌதமன் ஒரு முடிவுக்கு வந்தவன்போல் எழுந்தான். நீளமான எட்டுகளை எடுத்து வைத்து அவர் முன்னால் சென்று நின்றான். தரையில் கால் மடித்து அமர்ந்தவர்மீது அவனுடைய நீண்ட நிழல் விழுந்தது. சித்தப்பா அனிச்சையாக முகத்தை மறைத்துக்கொண்டார். அவனுடைய பெரிய உருவமும் முறுக்கிய கைகளும் அவரை அச்சுறுத்தியது.

“ஏய் சித்தப்பா” என்றான். அவர் ஒன்றும் சொல்லாமல் விசும்பினார். “எங்கப்பாவுக்கு என்ன ஆச்சு? சொல்லப்போறியா இல்ல பல்லுகில்லெல்லாம் பேத்துறவா?” சித்தப்பா ஒன்றும் சொல்லாமல் உடலை நன்றாக ஒடுக்கிக்கொண்டு அழத்தொடங்கினார். கௌதமனிடம் உள்ளே வலி சுர்ரென்று முறுக்கி அவிழ்ந்து மேலெழுந்தது. குரல்வளை நடுங்கியது. வெறியில் கை ஓங்கினான். “ஏய்! விளையாடுறியா? என்னடா ஆச்சு எங்க அப்பாவுக்கு? சொல்லுடா! எங்கடா என் அப்பன்? எல்லாரும் சேர்ந்து அவர என்னடா பண்ணினிங்க? சொல்லுடா! அந்த இவதான் எல்லாத்துக்கும் காரணமா? அந்த... அந்த...” வாயை கூம்பி இருமுறை துப்பினான். காறி வராதபோது வெறிகொண்ட விலங்கைப்போல் அறையைச் சுற்றி வந்தான். மீண்டும் சித்தப்பாவை அடைந்து அவரை ஓங்கி அறைந்தான். “அந்தச் சிவப்பு வட்டத்த எனக்கு எதுக்கு காட்டிக்கொடுத்த? என்ன கொழப்பிவிட்டு இரண்டுபேரும் சேர்ந்து கைகொட்டி சிரிச்சு கும்மாளமடிக்கவா? நாறப்பயகளா...” கௌதமன் தன்னை அறியாமலேயே அவரைப் பிடித்து சாற்றிக்கொண்டிருந்தான். ஓங்கிய அடிகள். சித்தப்பா குரலே எழாமல் அடிபட்ட நாய்க்குட்டிபோல் முனகினார்.

அவர் சுத்தமாக எதிர்ப்பே காட்டாமல் இருந்தது அவன் வெறுப்பை இன்னும் திருகியது. சட்டென்று அவர் உடலைச் சுற்றி கட்டியிருந்த ஒற்றைத் துணியாலான வெள்ளை அங்கியைப் பிடித்து இழுவலாக இழுத்தான். அது கிழிந்து உடலிலிருந்து பிரிந்தது. உள்ளே ஒடுங்கிய மார்பு. மெலிந்த கால்கள். சிவப்பு நிற உள்ளாடை. கௌதமன் அவர் கால்களையும் தொடைகளையும் ஆவேசமாகப் பிடித்து இழுத்து தேடித்தடவ அவர் திமிறி உதைத்தார். அவர் உடலில் திருகாணிகளே இல்லை என்று அதற்குள் அவன் புரிந்துகொண்டான். வெறிகொண்டு “அவுரு...அவுரு அத...” என்று அவருடைய உள்ளாடையைப் பிடித்து இழுத்தான். இடுப்பின் வளைவில் சிக்கி சுருண்டு கீழிறங்க அவர் கால்களை பலவந்தமாகப் பிடித்து அகற்றினான். அவருடைய உடலை அவன் முதலில் கவனிக்கவேயில்லை. காலுக்கிடையே சிவப்புக்கண் இருந்ததா என்று ஆவேசமாக தேடித்துழாவினான். பின் அப்படியேதும் இல்லை என்று அறிந்தபோதுதான் அவர் உடலை கண்டுகொண்டான். நிராதரவாக, மீட்பின்றி, இருள்பந்தென சுருண்டு விசும்பிக் கொண்டிருந்தது அது.

அவர் தன் உடலை மறைத்துக்கொள்ளவோ எழுந்து அமரவோ எந்த முயற்சியும் எடுக்காதவராக அப்படியே சுருண்டு படுத்து அழுதார். கௌதமன் அவரை பொருளில்லாமல் பார்த்துக்

கொண்டிருந்தான். அவரை என்ன செய்துவிட்டிருந்தோம் என்று மெல்ல மெல்ல அப்போதுதான் அவனுக்கு புரியத்தொடங்கியது. இருந்தாலும் அவனால் அவருடைய இடுப்பிலிருந்து தன் பார்வையை விலக்கிக்கொள்ள முடியவில்லை. உடலைப் பார்க்கும் பார்வை அது. அவர் வேறொருவர், அவர் வேறொருவர் என்ற எண்ணம் அவனுக்குள் பாறைமீது நுரைக்கும் அலை என்று அறைந்துகொண்டிருந்தது. அப்படியென்றால் தானும் வேறொருவன்.

ஒரு தூணை உடைத்து ஒரே போடாக அவர் இடுப்பை போட்டு உடைத்துவிடவேண்டும் என்ற எண்ணம் வலிச்சுருள் போல் மேலேறி மண்டையை அடைந்து தெறித்தது. இவ்வளவு செய்தபின் அவன் நியாயமெனச் செய்யக்கூடிய ஒரே செயல் அதுதான். அந்த எண்ணத்தைச் சிதறடிக்க மண்டையை ஆவேசமாக ஆட்டினான். இல்லை, இல்லை, இது வேண்டாம், எனக்கிது வேண்டாம் என்று திமிறி உள்ளாழத்தில் கதறினான். அனிச்சையாக மன்றாடுவதுபோல் கைகளை உயர்த்தினான். தலைக்கு மேல் செவ்வொளி கூசியது. அப்போது, ஆழத்திலிருந்து எழுவதுபோல், மணி நலுங்கும் ஒலி கேட்டது. சட்டென்று தன்மேல் ஒரு பார்வையை உணர்ந்து தலையை தூக்கினான். அம்மா படிகளில் நின்று அவனை பார்த்துக்கொண்டிருந்தாள்.

அவள் அந்த அலங்கோலக் காட்சியை ஒன்றுமே சொல்லாமல் உதடுகள் சற்றே விரிந்தபடி நோக்கிக்கொண்டே இருந்தாள். கௌதமனின் தலை தொங்கியது. உள்ளே அலறல் நின்றபாடில்லை. அதையும் மீறி கௌதமன் அவள் பார்வையை தன் புறங்கழுத்தில் உணர்ந்தான். சட்டென்று அவளை நிமிர்ந்து பார்த்தான். அவர்கள் கண்கள் சந்தித்தன. “அந்த சிவப்புக்கண்ணப் பத்தி எனக்குத் தெரியும். நானும் அத அழூத்தப்போறேன்” என்று தாடையைத் தூக்கி திமிராக உச்சரித்தான். அதைச் சொல்லும்போதே அவன் குரல் கம்மியது. நடுங்கியது. உடனே முகத்தை திருப்பிக்கொண்டான்.

அம்மா ஒன்றும் சொல்லாமல் ஒவ்வொரு படியாக இறங்கி வந்தாள். சித்தப்பாவின் அருகே சென்று கால் மடித்து தரையில் அமர்ந்தாள். கௌதமன் எதிரே கால்நீட்டி அமர்ந்து வெறித்துப் பார்க்க அவரை அவன் அறியாத மொழியில், கூழாங்கற்களில் நீர் என ஒழுகிய குரலில், மெல்ல மெல்ல பேசித்தேற்றினாள். சித்தப்பா முதலில் அவளை அறியாததுபோல் தொலைந்துபோன பார்வையால் அவளை பார்த்தார். பின் ஒரே நொடியில் என்ன புரிந்ததோ, அவள் கைகளை பற்றிக்கொண்டு ஓலமாக அழுதார். மிருகத்தைப் போன்ற அழுகை. கௌதமன் எந்த மிருகத்தையும் பார்த்ததில்லை. கதையில்

கேட்டதோடு சரி. ஆனால் அவருடைய அழுகை அடிப்பட்ட மிருகத்தின் குரல் என்று அவன் உள்ளாழத்தில் அறிந்தான். ஆம், அவர் வேறொருவர். ஆனால் நிஜமாகவே அப்படியா? தனக்கு வலி வரும்போதும் தானும் அதேபோலத்தான் அழுவான். இப்போதும்கூட. எல்லாமே மறைந்து ஒளியில் கரைந்துவிட்ட தூய விலங்கின் அழுகை. கௌதமன் தலையாட்டினான். ஆம், நானும் ஒரு மிருகம். இச்செயலை ஒரு மிருகமன்றி எதுவும் செய்யாது. சித்தப்பாவும் மிருகம். தானும் மிருகம். அம்மா? அவளும் மிருகம்தானா? குழப்பமாக கண்களை தூக்கினான்.

அம்மா அவரை தன் நெஞ்சோடு சேர்த்துக்கொண்டு தலையையும் தோளையும் அணைத்துக்கொண்டு அவர் கண்ணீரை தன் கரத்தால் அழுத்தித் துடைத்தாள். அவர் நரைவிழுந்த தலையை மெல்ல தடவினாள். அம்மாவின் கூந்தல் இப்போதும் நீளமாகவும் கருப்பாகவும் இருந்தது. இளகிய பின்னலாக இடுப்பைத்தாண்டி கனமாகத் தொங்கியது. அவள் சித்தப்பாவின் கண்ணீரை துடைத்தபோது அவளுடைய கூந்தல் கழுத்தைச் சுற்றி முன்னால் விழுந்து அவர் தோளில் அமைந்தது. சித்தப்பா விழிப்பு கொண்டவர்போல் அம்மாவின் கண்களை ஏறெடுத்துப் பார்த்தார். அவள் கண்களில் அவர் எதைப்பார்த்தார் என்று கௌதமன் பார்க்கவில்லை. ஆனால் குழந்தையென்று அவளை அணைத்து அவர் மீண்டும் அழத்தொடங்கினார்.

அம்மா கௌதமன் இழுத்துப்போட்டிருந்த துணியை எடுத்து அவர் இடையைச் சுற்றி கட்டினார். அவர் அழுது முடித்து மூச்சு சீராகி அடங்கும்வரை அப்படியே உட்கார்திருந்தாள். அவர் தூங்கிவிட்டிருக்கவேண்டும். "வா, பிடி," என்றாள். அவள் குரலில் இருந்த அமைதியான அதிகாரத்துக்கு கௌதமன் தன்னை அறியாமலேயே கட்டுப்பட்டான். எழுந்து அவர் கால்களைத் தொட்டு பிடித்துத் தூக்கினான். இருவரும் அவரை கொண்டு சென்றுகண்ணாடிச்சுவர் அருகே இருக்கையில் கிடத்தினார்கள். அவர் விசும்பி புரண்டு படுத்தார். முட்டிகளைத் தாடையுடன் சேர்த்து சுருண்டுகொண்டார். அவருடைய ஆடை சற்றே விலக அம்மா அதை சீரமைத்தாள். ஒரு போர்வையை விரித்து கழுத்துவரை போர்த்திவிட்டாள். போர்வை விலகாமலிருக்கும்படி அதன் விளிம்பை இருபக்கமும் அவர் உடலுக்கடியிலும் உள்ளங் காலுக்கடியிலும் செருகிவிட்டாள். அவர் தூக்கத்திலேயே அனிச்சையாக கட்டைவிரலை வாயிலிட்டு சப்பத்தொடங்கினார். அப்பால் கண்ணாடிச்சுவருக்கு வெளியே பூமி பெரிய அரைவட்டமாக கனவுகாண்பதுபோல் இருளாழத்தின் புனலில் நீலாம்பலென பூத்து

நின்றது. மலரின் இதயமென அதன் மையத்தில் திறந்த குழி வண்டுவரியோடி பொன்பூத்து கண்திறந்திருந்தது.

“என்னுடன் வா” என்று அம்மா மேலேறினாள்.

கௌதமன் பதில் பேசாமல் தலைகுனிந்து உதட்டைச் சுழித்தபடி கீழேயே நின்றான். கைகளை பின்னால் கட்டிக்கொண்டு வலது காலை மெல்லிதாக ஆட்டினான். அவன் கண்களில் நீர் நிறைந்து தளும்பிக்கொண்டிருந்தது. அதை வெளிக்காட்ட விரும்பவில்லை. ஆனால் குனிந்த தலையிலிருந்து கண்ணீர் சொட்டுச்சொட்டாக கீழே விழுந்தது.

அம்மா இறங்கி வந்தாள். அவன் தோளில் கைவைத்து, வா, என்று மறுபடியும் சொன்னாள். அது ஆணை அல்ல. அழைப்பு. அவள் குரல் கனிவாக இருந்தது. அது அன்று கதை சொன்ன குரல் அல்லவா என்று கௌதமன் உணர்ந்ததும் அவனுக்குள் ஏதோ துடித்தது.

கௌதமன் அவளை பின்தொடர்ந்து மேலே ஏறினான். மாடித்தளத்தில் இடதுபக்கம் திரும்பி ஓர் அறைக்குள் அம்மா சென்றாள். கௌதமன் தன் கொந்தளிப்பையும் மீறி மெல்லிய ஆர்வத்தில் அந்த இடத்தை சுற்றிப் பார்த்தான். அவன் அங்கு வருவது அதுதான் முதன்முறை. அதுவரை அங்கு செல்ல அவனுக்கு அனுமதி இருந்ததில்லை. அது அரைவட்ட வடிவிலான பெரிய அறை. சுற்றி கண்ணாடிச்சுவர். ஒரு பக்கம் பூமியின் பெரும்வளைவு. வைரமோதிரத்தைப் போல் ஓர் ஓரத்தில் சூரியனின் ஒளியை பொன்னாக பிரதிபலித்தது. மற்றபடி கண் நோக்கும் தூரம்வரை இருள். வெட்டவெளியின் கருமை. முடிவில்லாமை.

அறையின் நடுவே சின்னச்சின்ன கருவிகள் சிதறிப் பரப்பிக்கிடந்த ஒரு மேசை இருந்தது. அதை ஒட்டி ஒரு நாற்காலி. ஒரு ஓரமாக ஒற்றைக் கட்டில். அதன் அருகே கூரையிலிருந்து சின்னக்கூண்டுகள் சில தொங்கின. எல்லாமே காலியாக இருந்தன. அவற்றைத் தவிர அறை பெரும்பாலும் ஒழிந்து கிடந்தது. கௌதமன் மறுபடியும் சுற்றி நோக்கினான். அவர்கள் உள்நுழைந்த கதவுக்கு அருகே ஒரு பலகை இருந்ததை அப்போதுதான் அவன் பார்த்தான். அருகே சென்று உற்று நோக்கினான். அவனுடைய முகங்கள் அதிலிருந்து அவனை நோக்கின. எல்லாமே அவன் படங்கள். சிறுவனாக இருந்தது முதல் எல்லா வயதிலும் அவன் பார்க்காதபோது எடுக்கப்பட்ட படங்கள்.

கௌதமன் அம்மாவின் பக்கம் திரும்பினான். “என்ன வேவு பார்க்கும்போது எடுத்தீங்களா?” என்று மெதுவாக கேட்டான்.

அம்மாவின் முகத்தில் ஒரு நரம்பு துடித்ததுபோல் இருந்தது. ஆனால் சலனம் மாறவில்லை. “அதெல்லாம் தனியா இருக்கு. ஆவணங்கள், படங்கள், காணொலிகள், அளவீடுகள், குறிப்புகள்... எல்லாம் ஆய்வுக்கூடத்துல இருக்கு. வேணும்னா பாக்கறியா?” என்று திடமான குரலில் சொன்னார். உள்ளங்கழுத்தில் ஒரு பந்து ஏறி இறங்கியது. “இதெல்லாம் என் மகன் நினைவா எனக்காக மட்டும்னு வெச்சிருக்குறது” என்றாள்.

அவள் குரலில் திடம் மாறவில்லை என்று கவனித்த கௌதமன் அம்மாவை முதல்முறை பார்ப்பதுபோல் நிமிர்ந்து பார்த்தான். தரைவரை நீண்ட பச்சைநிற அங்கிக்கடியில் சிறிய பாதத்தின் பெருவிரல்மட்டும் நில்லாமல் தரையில் மெல்லிய தாளமாக தட்டிக்கொண்டிருந்தது. அந்த ஒற்றை அசைவு மட்டுமே அவளுடைய மனத்தை வெளிக்காட்டியது.

அம்மா கௌதமனின் அளவுக்கே உயரமாக இருந்தார். அங்கியின் தளர்வான கைகள் அவருடைய மிகச்சிறிய மணிக்கட்டுகள் வரை நீண்டு தொங்கின; உள்ளங்கைகளையும் நீண்ட விரல்களையும் ஒன்றுடன் ஒன்று பிணைத்து வைத்திருந்தார். அவள் சற்றே அசைந்தபோது இடுப்பில் அங்கியைச் சுற்றி இறுக்கியிருந்த கயிற்றின் முனையில் தொங்கிய உலோகக்கட்டு அசைந்து மெல்லிதாக மணியோசை எழுப்பியது. கௌதமனுக்குள் அந்த ஓசை ஒரு விழியை திறந்தது. ஆம், இவள் அம்மா. தூரத்து மணியோசையின் கனவு சூழ வருபவள்தான் அம்மா.

அங்கிக்குள்ளிலிருந்து அம்மாவின் கழுத்து தண்டுபோல் எழுந்தது, முனையில் பூத்ததாமரை முகம். அம்மாவுக்கும் கௌதமனுக்கும் ஒரே முகம். கோள் போல வட்டமானது. கைவிரித்து கண்கள் வழியே உள்ளத்தின் உள்ளே வா என்று வரவேற்கும் வளைந்த புருவங்கள். பாதிசிரித்து மறந்துவிட்டதுபோல இருந்தன கண்களும் உதடுகளும். அவள் ஆடையசைவில்தான் அவள் உடலின் இருப்பு வெளிப்பட்டது. அலையலையாக சுருண்ட முடி கொண்ட நீளமான கூந்தல் நெற்றியைச் சுற்றி அடர்ந்து பின்னால் சரிந்து இளகிய பின்னலாக இடையைத் தாண்டி தொங்கியது.

அம்மாவின் கழுத்திலும் முகத்திலும் கரங்களிலும் பாதங்களிலும் மட்டுமே அவளுடைய சருமம் வெளித்தெரிந்தது. தேனின் நிறம். தோல் சுருங்கத் தொடங்கியிருந்தது. சித்தப்பாவைப்போல்...

“வா, என் ஆய்வுக்கூடத்தை காட்டுறேன்” என்று அம்மா பாதி திரும்ப இடுப்பில் மணிச்சரம் மீண்டும் ஓசையெழுப்பியது.

கௌதமன் கையைத் தூக்கி தடுத்து "வேண்டாம்" என்றான். அவன் குரலுக்குள் எப்போது அவ்வளவு தீர்மானம் நுழைந்தது என்று வியந்தான்.

அம்மா பெருமூச்சு விட்டாள். மெல்ல தன் நாற்காலியில் சென்று அமர்ந்தாள். கௌதமன் தன் எடையை மறுகாலில் மாற்றி தலைதிருப்பி நின்றான். அம்மா கௌதமன் பக்கமாக என்ன செய்கிறாய் என்று ஒற்றைப் புருவத்தை தூக்கி "உட்கார்!" என்று மெலிதாக சொன்னாள். முன்னால் கைகாட்டினாள். அந்த அறையில் அவளுடைய படுக்கையைத்தவிர உட்கார வேறு இருக்கைகள் இல்லை. கௌதமன் தயங்கிக்கொண்டே சென்று விளிம்பில் தொற்றி அமர்ந்தான். "உனக்குள்ள நிறைய கேள்விகளிருக்கும் என்று எனக்குத் தெரியும்," என்று மென்குரல் மாறாமல் தன்னிடம் சொல்லிக்கொள்வது போல சொன்னாள். "என்ன கேள்வியிருந்தாலும் கேள். அம்மாவால் முடிந்தவரை பதில்சொல்கிறேன்." அவளுக்குப் பின்னால் கண்ணாடிச்சுவருக்கு அப்பால் பேரிருப்பாக வளைந்திருந்தது பூமி. நீலமும் பொன்னுமாக ஒரு பசு.

கௌதமன் ஒன்றும் பேசாமல் தன் கைகளையே நோக்கிக் கொண்டிருந்தான். மௌனத்தை கடத்த, "உனக்கு இப்பல்லாம் நிறைய கோபம் வருகிறதாமே?" என்றாள் அம்மா. கௌதமன் அதற்கும் ஒன்றும் சொல்லாமல் அப்படியே தலைகுனிந்து உட்கார்ந்திருந்தான். "அதான் இன்றைக்கு பார்த்தேனே?" என்று மெல்ல தொடர்ந்தாள். அந்தக் கேள்வியில் குத்தல் இல்லை. மகனின் குறும்புகளை ரகசியமாக ரசிக்கும் அம்மாவின் குரல் அது. தான் சித்தப்பாவுக்கு இழைத்தது எவ்வளவு பெரிய கீழ்மை என்று உள்ளாழத்தில் கௌதமன் நிலைகுலைந்து போயிருந்தான். அம்மாவின் தொனி அவனை ஏனென்றறியாமல் கூசச்செய்தது.

ஆனால் அது அவ்வளவு எளிமையான விஷயம் அல்ல. அதில் இன்னொன்றும் இருந்தது. பொறி. "மீசையெல்லாம் வெச்சுருக்க?" என்று அடுத்து கேட்டார். அவள் அப்போது குரல் புன்னகையாக மாறியது.

"ஆமா, இப்ப அதுக்கு என்ன? நீங்க எல்லாரும் என்கிட்ட என்னத்த மறைக்கறீங்க? நான் யாரு? எங்கப்பாவுக்கு என்ன ஆச்சு? அதக்கேட்கத்தான் நான் வந்தேன். நான் வேறெதுக்கும் வரல. சும்மா இந்த பசப்புற வேலையெல்லாம் எங்கிட்ட வெச்சுக்காத. நான் குழந்தை இல்ல," என்று பொறிந்து தள்ளவேண்டும் என்றுதான் கௌதமனுக்குத் தோன்றியது. ஆனால் ஏதோ ஒன்று அவனை கட்டிப்போட்டது.

ஒரு நொடி தலைதூக்கி அம்மாவின் பார்வை தன்னையே முழுவதும் உள்வாங்கியபடி நோக்கிக்கொண்டிருப்பதை பார்த்தான். கனிவும் சோகமும் அவனால் விளங்கிக்கொள்ளவே முடியாத ஆழத்துக்குச் செல்லும் பேரன்பும் நிறைந்திருந்த பார்வை. கௌதமனின் கண்களில் நீர் நிறைய பார்வையை விலக்கிக் கொண்டான். இத்தனை அன்பு வைத்திருக்கிறாளா இவள்? அத்தனையும் தன் ஒருவனுக்கு மட்டுமேதான் என்பது போலல்லவா பார்க்கிறாள். பின் ஏன் இவள் இப்படி தன்னுடன் எலியுடன் பூனை விளையாடுவதுபோல் விளையாடுகிறாள்? அவனுக்கு ஒன்றுமே புரியவில்லை. தொண்டையைக் கனைத்து ஒன்றும் சொல்லாமல் இருந்தான்.

"கண்ணா, ஏம்பா உன் சித்தப்பாவோட துணிய பிடிச்சு இழுத்த?" என்றாள். இம்முறை குரல் மாறியிருந்தது. நேரடியாக, சோகமாக கேட்டாள். அவனுக்கு மூச்சு இறுக்கியது. கட்டிலின் விளிம்பை கைகளால் இறுக்கி வலியில் துடித்துக்கொண்டிருந்த கண்களை தூக்கினான். "சொல்லு. நீ நல்ல பையன்தானே? ஏன் அப்படி செஞ்ச?" என்றாள். அதற்கும் அவன் ஒன்றுமே சொல்லாதபோது, "இங்கப்பாரு. உனக்கு என்ன தெரிஞ்சுக்கணுமோ கேட்டுக்கலாம். அம்மா இனிமே எதையும் மறைக்குறதா இல்ல. சரியா? நீ வளந்துட்டிருந்தன்னு எனக்குத்தெரியும், ஆனா இவ்வளவு சீக்கிறம் இவ்வளவு வளந்துருப்பேன்னு எதிர்பார்க்கல" என்றாள். அந்தச் சொற்களை தானே சொல்லி கேட்டுக்கொண்டபோது சட்டென்று ஏதோ உள்ளூர புரிந்து தெளிவடைந்ததுபோல் புன்னகைத்தாள்.

அவள் குரலில் இருந்த மெல்லிய வற்புறுத்தல் கௌதமனை எரிச்சல்படுத்தியது. தலையை வெடுக்கென்று நிமிர்த்தி, "என்ன பிடிச்சு பிடிச்சு இழுக்காத. வேணும்னா நானே பேச மாட்டேனா? சும்மாசும்மா வந்து ஏன் இதப்பண்ண ஏன் அதப்பண்ணன்னா என்ன அர்த்தம்? அதான் இவ்வளவு வேவு பாக்குறல்ல? உனக்கே தெரியாது? ஏன் அவரோட துணிய பிடிச்சு இழுத்தேன்னு?" அவன் மூச்சிரைத்தான். "பின்ன? இவ்வளவு நாளா என்ன ஒருமுறை வந்து பாத்திருப்பியா? ஒரு நாள் கண்ணா வலிக்குதாப்பான்னு வந்து கேட்டிருப்பியா? சித்தப்பாவுக்கு ஒண்ணுனா மட்டும் உடனே இறங்கி வந்து மடியில தூக்கி வெச்சு கொஞ்சற. இவ்வளவு நாள் எதையும் சொல்லாம என்ன மறைஞ்சு வேவு பாத்து... இன்னிக்கி எல்லாத்தையும் சொல்லிட்டா உனக்கு சுமை குறையும் இல்ல? அதானே? சொல்லு, அதானே?"

கௌதமன் சீறி முகம் சிவக்க பேசியதை அம்மா நாற்காலியின் விளிம்புவரை வந்து பதில் ஒன்றுமே பேசாமல் கேட்டுக்

கொண்டிருந்தாள். அவள் அப்போது சிரிக்கவில்லை. ஆனால் அவளுடைய கண்களில் மட்டும் அந்தப் புன்னகை எஞ்சியது. மீண்டும் அதே கனிவு, அதே பேராழத்து அன்பு... அதைக்கண்ட நொடி கௌதமனின் பேச்சு அறுபட்டது. பேச்சு ஓய்ந்ததும் தன்னை அங்கே மொத்தமாக செலவழித்துவிட்டோம் என்று உணர்ந்தான்.

"கண்ணா..." அம்மாவின் குரல் அப்படியே இருந்தது. கனிவாக, நிதானமாக, மெல்லிய வற்புறுத்தலாக. கௌதமன் அவள் பார்வையைச் சந்திக்காமல் தவிப்புடன் முகத்தை திருப்பிக் கொண்டான். கைகளை பிசைந்தான். கிளம்புபவன்போல் எழுந்து நின்று திரும்ப அமர்ந்தான். அம்மாவை பார்க்க இஷ்டமில்லாமல் கண்ணாடிப்பக்கம் சென்று நின்றான். அவனுக்கு முன்னால் ஒரு புள்ளி ஒளியில்லாமல் வெட்டவெளி திசைகாட்டும் தூரம்வரை பொருளில்லாமல் நீண்டு கிடந்தது. அலைகளில்லாத கடல். அதைக்காணமுடியாத தவிப்பில் திரும்பி முகத்தை கைகளில் புதைத்துக் கொண்டான்.

அந்த நொடிவரை கௌதமனின் செய்கைகளை பேசாமல் நோக்கிக்கொண்டிருந்த அம்மா ஒரு கணத்தில் எல்லாவற்றையும் வீசி எழுந்து நின்று நாற்காலியை பின்னுக்குத்தள்ளினாள். அவனை அடைந்து கைகளை இழுத்து தன் சிறிய கரங்களுக்குள் இழுத்துப் பிடித்தாள்.

"கண்ணா, கௌதமா, ஒன்ன மட்டும் நினைவுல வெச்சுக்க. நீ எதையெதையெல்லாம் கடந்து வந்திருக்கன்னு எனக்கு தெரியாதுன்னு மட்டும் நினைக்காத" என்றாள். வேறுயாரிடமோ பேசுவதுபோல், காதில் ரகசியம் பேசுவது போல் பேசினாள். உணர்ச்சிவேகத்தில் மூச்சிறைத்தாள். அடித்தொண்டையிலிருந்து எழுந்தது அவள் குரல். சொற்கள் ஒன்றின்மேல் ஒன்று தடுக்கி வந்தன.

"நான் உன்னை கண்டுக்கல, கவனிக்கலன்னு மட்டும் நினைக்காத. நல்லா கேட்டுக்க! உன்ன ஒவ்வொரு நாளும் நான் பாக்கறேன். உன்கூட ஒவ்வொரு நாளும் பேசறேன். உன்ன அணுஅணுவா எனக்குத்தெரியும். உன் அளவுக்கு யாரையுமே, யாரையுமே, எனக்குத் தெரியாது.

"நான் உன்கூட சேர்ந்து வளர்ந்தவ. நீ அஞ்சு வயசுப் பையனா இருந்தப்ப நானும் அஞ்சு வயசு குழந்தையா உன்கூட நின்னு உன் கையப் பிடிச்சு கதைகேட்டேன். நீ பன்னிரெண்டு வயசுப்பையனா அங்க படுக்கையில படுத்து வலிவலின்னு அழுதப்ப நானும் ஒரு பன்னிரெண்டு வயசு பொண்ணா உன் வலிக்காக ஏங்கி இங்க

ராத்திரியெல்லாம் அழுதிருக்கேன். இப்ப உன்கூட சேர்ந்து கோபத்துல கொதிக்கற ஒரு பதினஞ்சு வயசுப்பொண்ணும் எனக்குள்ளையும் இருக்கா... உன் கீழ்மைய புரிஞ்சுக்குறவளும் எனக்குள்ள இருக்கா. அத மறந்துராத.'' மூச்சிரைக்க அவள் நெஞ்சு ஏறி ஏறி இறங்கியது. நூறுநூறாண்டுகள் ஒரு சொட்டு சிந்தாமல் உள்ளத்தில் தேக்கி வைத்திருந்த கண்ணீரெல்லாம் ஒருநாள் மடை உடைத்து வெடித்து பெரும்புனலென சரிவதுபோல் அழுதாள். கௌதமன்யார் இந்தப்பெண் என்பதுபோல் அவரைப் புரியாமல் சற்றுநேரம் பார்த்துக்கொண்டே நின்றான். பின், அவனுள் ஏதோ ஒன்று சிறுகுமிழியென்று வெடிக்க, அவன் அம்மாவை தொட்டான்.

அவள் கூந்தலை, நெற்றியை, கழுத்தை, கன்னத்தை தொட்டு வருடினான். தோளை பிடித்த போது அவள் கண்ணீர் வழியாகவே சிரித்தாள். அவனும் சிரித்தான். ஏனென்று புரியாமலேயே சிரித்தான். அவள்கையைப் பிடித்து தன் அருகே மெத்தைமேல் உட்கார வைத்துக்கொண்டான். அவள் கழுத்தில் எவ்வளவு சுருக்கங்கள்! தோல் கழுத்துக்கடியில் சற்றே தொங்கியிருந்ததை முதன்முறையாக கவனித்தான். அவன் அவளுடைய கைவிரல்களைப் பிடித்து தன்கைகளில் கோத்துக்கொண்டான். அவளுடைய அங்கியின் கைகளை மூட்டு வரை மெல்ல இழுத்துவிட்டு மணிக்கட்டைப் பிடித்து அதன் உள்பாகத்தை தன்னையறியாமல் வருடினான். ''உனக்கு உடம்புல திருகாணி கிடையாதாம்மா?'' என்று கேட்டான். அவன் அம்மாவை கேட்ட முதல் கேள்வி.

''இல்லப்பா. எனக்கு அதெல்லாம் கிடையாது'' என்று சொல்லி அவள் புன்னகைத்தாள். அழுகை நின்றிருந்தது, குரல் இப்போது ஒரு புதிய நிறைவை மகிழ்ச்சியை அடைந்திருந்தது. ஆனால் ஒரு புதுவித நடுக்கமும் புகுந்திருந்தது. அவளுக்கு அத்தனை வயதாகிவிட்டதா என்ன? அன்று கதை சொன்ன அம்மா எங்கே போனாள்? கௌதமனால் அம்மாவின் கையை விடமுடியவில்லை. அவளும் அவன் கைகளைப் பிடித்து பொன்னிற தோலுக்கடியில் பொதிந்திருந்த திருகாணிகளின் வளைவுகளை வருடினாள். அந்தத் தொடுகையைக்கூட மெல்லிய வலியாகவே அவனால் உணர முடிந்தது.

''சித்தப்பாவுக்கு?'' என்றான்.

''அவருக்கும் கிடையாது,'' என்றாள்.

''ஆனா அக்காக்களுக்கு இருக்கு.''

''ஆமாம்.''

கௌதமன் தயங்கினான். "சித்தப்பாவோட உடலும் வித்தியாசமா இருக்கு" என்றான்.

"ஆமா, உன் உடல் மாதிரி கிடையாது" என்றாள் அம்மா. அவள்கௌதமனின் கட்டைவிரல் நகத்தை வருடிக்கொண்டிருந்தாள்.

"அவருக்கு சிவப்புக்கண் இல்லயில்ல?"

"இல்ல."

"அம்மா, ஏம்மா?"

அம்மா பெருமூச்சுவிட்டார். கௌதமனின் கைகளை விடுவித்துவிட்டு கண்களை சந்தித்தாள். "ஏன், சொல்லு பாப்பம்? உனக்குத்தான் தெரியுமே?" என்று சோகமாக கேட்பதுபோல் இருந்தது அவள் பார்வை.

கௌதமன் அவள் கைகளை மீண்டும் பற்றிக்கொண்டான். "நீயே சொல்லுமா" என்றான். "நான் நீசொல்லி கேட்டாகணும்."

அம்மா சொன்னாள். கௌதமன் தன்னைப்போலும் சித்தப்பாவைப் போலவும் மனிதன் அல்ல. அவன் ஒரு தானியங்கி. சரியாக சொல்லவேண்டுமென்றால் மூன்றாம் நிலை பண்பாட்டு உருவாக்க செயற்கை அறிவு தானியங்கி. மனிதர்கள் பூமியிலிருந்து வந்தவர்கள். தானியங்கிகள் அவர்கள் வாழ்ந்த விண் கப்பலுக்கு உள்ளேயே உருவாக்கப்பட்டவர்கள். மனிதர்களுக்கு பிறப்புறுப்புகள் இருந்தன. தானியங்கிகள் பிறப்பதில்லை. ஆகவே கௌதமனுக்கு பிறப்பு உறுப்புகள் கிடையாது.

கௌதமன் தனக்கு அந்த உண்மை முன்னமே மங்கலாக தெரிந்திருந்ததென்பதை உணர்ந்தான். ஆனால் அம்மா வாயாலே கேட்டபோது அதில் ஒரு நிர்ணயத்தன்மை இருந்தது. இனி மாறாதது. இனி இதுதான். இவ்வளவுதான் என்பதுபோல. தான் இவர்களைப்போல் அல்ல. வேறொருவன். தானியங்கி. தானாக இயங்குபவன். இவர்கள் யாராலும் இயக்கப்படமுடியாதவன். இயக்கங்களுக்கு அப்பாற்பட்டவன். இவர்களுடைய விதிகள் தனக்கு பொருந்தாது.

"அப்ப நீ எனக்கு அம்மா இல்லையா?" என்றான்.

அவன் தலையை அவள் வருடினாள். "உன்ன நான்தான உருவாக்கினேன்? அப்ப நான்தான உனக்கு அம்மா?" என்றாள்.

கௌதமனின் உள்ளம் கல் எறியப்பட்ட குளம்போல் கலங்கியிருந்தது. அடுத்த கேள்வியை எதிர்பார்த்தவளாக அம்மா

அவன் கையை இறுக்கினாள். "அப்ப என்னோட அப்பா?" என்றான். "சித்தப்பா சொன்னாரு... அப்பாவுக்கு என்னம்மா ஆச்சு?"

அம்மா கௌதமனின் கையை எடுத்து தன் கைக்குள் வைத்துக்கொண்டாள். "அவர் இல்ல" என்றாள். "ஆனால் நீ இருக்க. இனிமேலும் இருப்ப" என்றாள், அதற்குமேல் ஒன்றும் பேச விரும்பாதவள் போல்.

"சிவப்பு பொத்தான அழுத்திக்கிட்டாருன்னு சித்தப்பா சொன்னாரு?" என்று கௌதமன் கேட்டான். அம்மா இருப்புகொள்ளாமல் சுற்றும் முற்றும் பார்த்தாள். அவளுடைய நோக்கு கண்ணாடிக்கு வெளியே இருள்பரப்பில் எங்கோ குத்தியிருந்தது. அவள் மீண்டு வந்து பேச சற்று நேரமானது. ஆனால் சொன்னாள்.

ஆம். அவர் அந்த சிவப்பு பொத்தானை அழுத்தி தன்னை அழித்துக்கொண்டுவிட்டார். அதை ஒரு தானியங்கி அழுத்தினால் உள்ளூர வெடித்து அழிந்துவிடும். அதன் நினைவின் தடயமே எஞ்சாது. அங்கங்கள் மட்டும் கிடைக்கலாம். அதை வைத்துதான் அம்மா கௌதமனை உருவாக்கினாள். அம்மா கௌதமனின் பக்கம் திரும்பி அவன் முழங்கையை தொட்டு நீவினாள்.

கௌதமனுக்கு நெஞ்சு வலித்தது. "அவரேவா தன்ன அழிச்சுக்கிட்டாரு? ஏன்? ஏம்மா?" என்றான். அவனை அறியாமல் அவனும் அம்மாவின் கையை பிடித்திருந்தான். தோலும் மஜ்ஜையும் குருதியும் நரம்பும் எலும்பும் கூடிய மனிதக்கை.

அம்மா இம்முறை மறுபக்கம் கண்ணாடிச் சுவரைத்தாண்டி பூமியின் வளைவை பார்த்தார். வெட்டவெளியை நிறைக்கும் நீலவெளி. மலைகளும் நதிகளும் பூக்களும் பனிக்காற்றும் நிறைந்த மாய உலகம். கதைகள் பிறக்கும் கனவுலகம்.

"அவரால் நாங்க சொன்ன கதைகள அர்த்தப்படுத்திக்க முடியல" என்றாள் அம்மா. அவளுடைய குரல் வெகுதூரம் தாண்டி வருவதுபோல் மெல்லிய வருடலாக கேட்டது. "அதுனாலத்தான்." அவள் கௌதமனை நோக்கினாள். "அர்த்தம் இல்லன்னா சலிக்க ஆரம்பிக்கும், தெரியுமா?"

அம்மாவின் கண்களை அறிய முடியவில்லை. உண்மை, சோகம், வலி, கனிவு, சுயபகடி, என்னென்னவோ வந்து போனது. ஒரு கணத்தில் கௌதமனுக்கு எல்லாமே புரிந்தது. அவன் அம்மாவின் கையை பிடித்து தன் கண்களுக்கு கொண்டுவந்து கட்டுமீறி கண்ணீர் வடித்தான்.

“நான் அதை அழுத்தியிருக்க மாட்டேன், இல்லம்மா? இல்லம்மா? சொல்லு? நான் அத செஞ்சிருக்கமாட்டேன் இல்ல? சித்தப்பா... நான்... அம்மா... நான் சித்தப்பாவ...” அவனால் மேலும் பேசமுடியவில்லை. அவள் மடியில் தலைபுதைத்து உடல்குலுங்க அழுதான்.

அவன் சற்றே அடங்கியபோது அம்மா அவன் தலையைத் தூக்கி முகத்தை கையில் ஏந்தி அவன் கண்ணை நோக்கிபேசினாள். “கண்ணா, நான் உண்மைய சொல்றேன். நீ என்ன செஞ்சிருப்பன்னு எனக்குத் தெரியாது,” என்றாள். “ஏன்னா நீயும் ஒரு சோதனைதான். ஒரு மாதிரி. என் கணக்குகள சரிபார்க்கப் பிறந்தவன்...” அவன் முகம் மாறுவதை அவள் பார்க்கவில்லை. “ஆனா ஒண்ணு மட்டும் நினைவுல வெச்சக்க” என்றாள். “நீ உன் அப்பா கிடையாது. நீ அவர மாதிரி சலிக்க மாட்ட. நீ வேற. ஏன் தெரியுமா?”

“ஏம்மா?”

“ஏன்னா நீ வலி அறிஞ்சவன்.” அம்மா புன்னகைத்தாள். துளிகூட கசப்போ சோகமோ வலியோ இல்லாத தூய அறிவு மட்டுமேயான புன்னகை. தன்னில் குதூகலிக்கும் புன்னகை. வெற்றி திகழ்ந்த புன்னகை. அப்போது அவள் முகமே மொத்தமும் மாறியிருந்தது. கௌதமன் அதிர்ந்து பார்த்தான். அம்மா செருக்கோடும் பெருமையோடும் பேசிக்கொண்டிருந்தாள். “நீ வலியோட விளையாடத் தெரிஞ்சவன். அத தாங்குற சக்தி இருக்கு உனக்கு. அதனால சலிக்க மாட்டன்னு நான் நம்பினேன்.” அவள் சிரிப்பில் அவளையறியாமலேயே ஒரு குறும்பு புகுந்தது. “சரியாதானே கணக்கு போட்டேன்? இதுவரைக்கும் சலிப்பு வரலல்ல?”

“அம்மா!”

“உன் அப்பாவப்பத்தி நீ ஒரு கவலைய விட்றலாம்,” என்று அம்மா அதே குரலில் தொடர்ந்தாள். “அவருக்கு வலியே இல்ல. அது என் செய்கைதான்.” அவன் முகத்தைக்கண்டு நிறுத்தினாள். “என் தப்புதான்.”

ஒரு தானியங்கிக்கு எதற்கு அனாவசியமாக வலி உணர்ச்சியை அளிக்கவேண்டும் என்று நினைத்து அம்மா அவர் வடிவமைப்பில் அதை சேர்க்கவில்லை என்று சொன்னாள். சொல்லும்போதே அவள் குரலில் ஒரு தழுதழுப்பு புகுந்தது. “ஆனா அப்பா தன்ன அழிச்சுகிட்டப்ப அது தவறுன்னு புரிஞ்சிகிட்டேன்” என்று அனிச்சையாக குரலில் திடம் மீண்டு யதார்த்தமாக சொன்னார். “உங்கிட்ட அந்தத்தவறு நடக்கக்கூடாதுன்னுதான் உன்ன எல்லா

வலியும் உணர்றவனா வடிவமச்சேன். உனக்கு வலி இருக்கு. கண்ணீர் இருக்கு. அதுனால உன்னால எல்லாத்தையும் அர்த்தப்படுத்திக்க முடியுது. நாங்க புரிஞ்சுக்க முடியாத அர்த்தங்களுக்கும் உன்னால போக முடியுது..." என்றாள்.

அம்மா சொன்னார். ஆரம்பகட்டத்தில் - அம்மா பிறப்பதற்கு இரு நூறாண்டு காலத்துக்கு முன்னால் - செயற்கை அறிவுத் தானியங்கிகள் பெரும்பாலும் நினைவுக் கிடங்குகளாகவும், சில எளிமையான தொடர்புபடுத்தல்களை செய்யக்கூடிய சாதனங்களாகவும்தான் இருந்தன. புள்ளிக்கட்டங்களிலிருந்து வேறு வேறு கோலங்களை வரைந்து எடுப்பதுபோல் உலகத்தின் பல கூறுகள் ஒன்றுடன் ஒன்று எப்படி தொடர்பு கொண்டுள்ளன என்று எளிமையான சித்திரங்களை உருவாக்குவதே அவற்றின் வேலை. அதுவும் அறிவுதான், ஆனால் மிக எளிமையான அறிவு. ஒரு வயதுக்குள்ளேயே மனிதக்குழந்தைகள் வேறு வழியில் செய்யக்கற்றுக்கொள்வது.

ஆனால் மனித அறிவு என்பது அந்தப்புள்ளியில் தொடங்கி எங்கெங்கோ சென்று பரவுகிறது. மனித அறிவின் உச்சத்தில் அது விளையாடுகிறது. பொய்களை உண்மை போலவும் உண்மைகளை பொய் போலவும் சொல்கிறது. கலை படைக்கிறது. தன் இருப்பைப் பற்றி கேள்விகளை எழுப்பிக்கொள்கிறது. எந்த செயற்கை அறிவுக்கும் அது சாத்தியமானதில்லை. எப்படி சாத்தியமாகும் என்றுகூட யாரும் கற்பனை செய்து பார்த்ததில்லை.

"ஆனா நான் கற்பனை செய்தேன்" என்றாள் அம்மா. "அப்போ எனக்கு இருபத்திரண்டு வயது. நான் சாதாரண ஆய்வு மாணவி. யாரும் என்ன நம்பல. என் குடும்பத்தில நடந்த சோகங்களால நான் சித்தம் கலங்கிட்டேன்னுகூட சொன்னாங்க. ஆனால் நான் நம்பினேன். இது சாத்தியம்னு எனக்குத்தெரியும்," என்றாள். அப்போது அவள் குரலில் வலியோ வேதனையோ ஒரு துளிக்கூட இல்லை. அவன் தலைக்குமேல் எங்கிருந்தோ நின்று பேசிக்கொண்டிருந்தாள். சிவப்பாக ஒளிகொண்டிருந்தது அவள் முகம். முன்னால் நிற்பது அவன் அம்மாதானா என்று ஒரு நொடி கௌதமன் துணுக்குற்றான்.

செயற்கை அறிவுக்கும் மனித அறிவுக்கும் மிகப்பெரிய வேறுபாடு, அதற்கு நல்லது கெட்டது கிடையாது. சிறிது பெரிது என்று கிடையாது. அதன் குருட்டுத்தன்மைக்கு காரணம் அதற்கு மதிப்பீடுகளை உருவாக்கிக்கொள்ள வழியில்லை என்பது.

அம்மாவின் யோசனை மிக எளிமையானது. செயற்கை அறிவின் குருட்டுத்தன்மையை ஒழிக்க அதற்கு ஒரு கண்ணை கொடுக்க

சுசித்ரா ● 113

வேண்டும். அது கற்றுக்கொள்ளும் விஷயங்களையெல்லாம் அர்த்தப்படுத்திக்கொள்ள அதற்குள்ளேயே ஒரு கட்டமைப்பு இருக்க வேண்டும். அப்படித்தான் அம்மா அந்த சிவப்பு பொத்தானின் கருத்தை அடைந்திருந்தாள்.

"ஒரு கணத்துல தன்னையும் தன் நினைவுகளையும் மொத்தமா அழிக்கக்கூடிய ஒரு சிவப்பு பொத்தான். தானியங்கிக்குள்ள எங்கேயோ பொருத்தப்பட்டிருக்கும். அப்படி தனக்கு ஒண்ணு இருக்குன்ற பிரக்ஞை அதுக்கு இருக்கணும். ஆனா சரியா எங்க இருக்குன்னு அதுக்கு தெரியக்கூடாது. எப்ப வேணும்னாலும் யார் வேணும்னாலும் அத அழுத்தி அத அழிக்க முடியும்னு அது உணரணும். அப்படி ஒரு இருப்பு அதோட கட்டமைப்பிலேயே இருந்தா, அதனோட அடிப்படையில் அது உள்ள வர்ர எல்லா செய்திகளையும் மதிப்பிட்டு தொகுத்து அர்த்தப்படுத்திக்கும்னு நான் சொன்னேன். போர்க்களத்துல வானத்த பாக்குறப்ப வாழ்க்கை அர்த்தப்படுறமாதிரி. மனிதனோட உளவியலிலும் நரம்பியலிலும் வெச்சு கத்துகிட்டதத்தான் இங்கேயும் செஞ்சுபாக்கலாம்னு சொன்னேன். அப்படி ஒரு விசைய உள்ள புகுத்தி அதுக்கேத்தமாதிரி சில வடிவமாற்றங்கள செஞ்சா அந்த அழுத்தமே அர்த்தங்கள உண்டுபண்ணும்னு நான் நம்பினேன். செயற்கை அறிவு மானுட அறிவுக்கு பக்கத்துல வர அது ஒன்னுதான் வழின்னு நினைச்சேன். மொத்த வடிவத்தையும் ஒரு வெள்ளைத்தாளா உருவாக்கிட்டேன்," என்றாள் அம்மா. ஆனால் அவள் கருத்துக்களை அப்போது யாரும் பெரிதாக எடுத்துக்கொள்ளவில்லை. அதை சாத்தியப்படுத்தமுடியும் என்று யாரும் நம்பவில்லை.

அம்மா அந்த விண்கப்பலுக்கு வந்தபிறகுதான் தானியங்கிகளை தானே உருவாக்கத் தொடங்கினாள். கௌதமனின் அக்காக்கள் முதலாம் தலைமுறை தானியங்கிகள். அவர்களுக்கு சிவப்பு பொத்தான் கிடையாது. கிட்டத்தட்ட நினைவுக்கிடங்குகள். கதைகளை நினைவிலிருந்து சொல்லவும் மற்ற தானியங்கிகளை கண்காணிக்கவும் சில தொடர்புகளை உருவாக்கி அறிவிக்கவும், எளிய முடிவுகளை எடுக்கவும் பயிற்றுவிக்கப்பட்டிருக்கிறார்கள்.

கௌதமனின் அப்பாவில்தான் அம்மா முதன்முதலாக சிவப்பு பொத்தானை பொருத்திப்பார்த்தாள். அவரை வடிவமைத்தபோதே அவர் உருவாக்கப்பட்ட காரணமும் அவரிடம் அவர் மொழியில் சொல்லப்பட்டது. அந்த பொத்தானின் இருப்பையும் அவர் அறிந்திருந்தார். அதை யாரும் எந்நேரத்திலும் அழுத்தி அவரை மொத்தமாக அழிக்கலாம் என்று அவருக்கு உணர்த்தப்பட்டது.

அம்மாவின் குரல் சொல்லச் சொல்ல தட்டையானது. ஒளியெல்லாம் வெளியேறியதைப்போல். “முதலிலிருந்தே அவருக்கு கதைகள்ல பெரிய விருப்பமோ ஈடுபாடோ உருவாகல. எல்லாமே அவருக்குள்ள போச்சே தவிர அவர் அத எதையும் புரிஞ்சுக்கவே இல்ல. அவரு தனக்குள்ளயேதான் இருந்தாரு. அவருக்கு எதுவுமே பிடிக்கல. பாதி நாள் இதோ இந்த ஜன்னல் பக்கம் வந்து உட்கார்ந்து வெட்டவெளியையே பாத்துகிட்டிருப்பாரு. அப்புறம் ஒருநாள்...” அவள் பெருமூச்சு விட்டாள். மிருகக்கண்கள் வழியாக அவனை நோக்கினாள். சற்று நேரம் இருவரும் பேசாமலிருந்தார்கள். “அப்பத்தான் வேறு வழியே இல்லாம, வெற்றியடஞ்சே தீர வேண்டிய கட்டாயத்துல, உன்ன உருவாக்கினேன்.”

“உங்க அப்பாவ உருவாக்கினப்பவே எனக்கு இந்த யோசனை இருந்தது. ஆனா செயலாக்க வேண்டாம்னு எனக்குள்ள ஏதோ தடுத்தது. அது என்ன? கருணையா? கடமையுணர்ச்சியா? நெறியுணர்ச்சியா? தெரியல. ஆனா உன்ன உருவாக்கினப்ப நீ உயிரோட இருந்தா போதும்னுதான் தோணிச்சு” அவள் குரல் உடைந்தது.

அம்மா சொன்னாள். அவனுக்கும் சிவப்பு பொத்தான் பொருத்தப்பட்டது. ஆனால் அதன் இருப்பைப் பற்றி அவனுக்கு நேரடியாகச் சொல்லவேண்டாம் என்று முடிவெடுத்தாள். அவனுடைய மூலச்செய்நிரலின் ஆழத்தில் அப்படி ஒன்று இருப்பதற்கான சாத்தியத்துக்கான குறிப்பு மட்டும் இருந்தது. அதைத்தவிர அவர்கள் சொன்ன கதைகளை அர்த்தப்படுத்திக்கொள்ள அவனுக்கு தனியாக வலி என்கிற உணர்ச்சியை கொடுத்தார்கள்.

ஒவ்வொரு நொடியும் அவன் உடல் பற்றிய பிரக்ஞையை உட்செயலிகளுக்கு அவன் உடல் முழுவதும் உள்ள உணர்கருவிகள் உணர்த்திக்கொண்டே இருக்கின்றன. எல்லாமே மையச்செயலியில் எண்களாக பதிவாகிறது. எண்களின் கூடுகை ஒரு குறிப்பிட்ட எல்லையை மீறும்போது அவன் உள்ளே சூடு உருவாகிறது. உலோகங்கள் உரசிக்கொண்டு முனகும். ஐயாயிரம் டிகிரி வரை சூடுதாங்கும் டாண்டலம் கார்பைட் உலோகக் கலவைகளால் அவன் அங்கங்கள் வடிவமைக்கப்படிருந்தன. சூரியனின் வெப்பத்துக்கே உருகாமல் நிற்கும் வல்லமை கொண்டது அது. அத்தனை சூட்டையும் அவன் உள்ளுறுப்புகளின் அமைப்பு வலியென்று உணரும். சூடு அதிகமாகும்போது அவன் உடற்பாகங்களை தணிக்க சுற்றி ஓடும் குளிர்திரவம் உடல் முழுவதும் பாயத்தொடங்கும். சூட்டில் ஆவியாகி அவனுள் எழும். மீண்டும் திரவமாகி கண்ணிலிருந்தும் கண்ணீரென்று வழியும்.

வலி மிகையாகும்போது அவனையே அறியாமல் அவன் மூலச்செய்நிரலின் ஆழத்தில் பொதிந்திருக்கும் சிவப்பு பொத்தானின் நினைவு உசுப்பிவிடப்படும். அது ஒரு பாதுகாப்புமுறை. அந்த இடத்தை சென்று தொட்டால் அவன் உடலின் வலி அலகுகள் மொத்தமும் தொடக்கத்தில் இருந்ததுபோலவே மீளமைக்கப்படும். மீண்டும் முதலிலிருந்து தொடங்கலாம். ஆனால் அம்மா கணித்ததுபோல் வலியே அவனுக்குள் மதிப்பீடாக விளங்கியது. எழுந்தடங்கும் வலியின் விசை அவனுள் அர்த்தப்படுத்தலாக மாற்றம்கொண்டது. "முதல்நிலை ஆற்றல் மாறுபாடு விதி. வலியின் ஆற்றலே அர்த்தமாகவும் அர்த்தத்தின் எடையே வலியாகவும் உனக்குள் மாற்றம்கொள்கிறது" என்றார் அம்மா.

எல்லாத் தானியங்கிகளைப் போலவே அவனும் முதலில் தனக்கு சொல்லப்பட்ட கதைகளையெல்லாம் வெறும் கருத்துகளாகவும் நினைவுகளாகவும் உள்வாங்கிக்கொண்டான். ஆனால் மெல்ல மெல்ல கதைகளை அவன் தொடர்புபடுத்தத் தொடங்கியபோது அவற்றின் இணைகளும் முரண்களும் அவனுக்குள் அனலை அலையலையாக உருவாக்கியது. அது வலியை அதிகரித்தது. அவன் சித்தம் மீளாமல் வலியின் ஊசலில் ஆடிக்கொண்டேயிருந்தது. ஆடியவிசையில் அர்த்தங்களை கண்டடைந்தது.

"மனித வரலாற்றிலேயே முதன்முறையாக அதை நான் உனக்குள் பார்த்தேன்" என்றாள் அம்மா. அவள் ஜன்னலுக்கு வெளியே எங்கேயோ பார்த்து பேசிக்கொண்டிருந்தார். அவள் குரலில் மீண்டும் அந்த தூரத்துத்தன்மை வந்துவிட்டிருந்தது. வேறேதோ பிரபஞ்சத்திலிருந்து பேசுவதுபோல். "மனிதத்தின் கூறுகளை கற்றுக்கொள்ளத் தொடங்கியிருந்த ஒரு செயற்கை அறிவு. பல நேரங்கள்ல தூக்கம் தொலைத்திருக்கேன். ஒரு சாதாரண தானியங்கியைவிட, விலங்கைவிட, அறிவு துளிர்க்கற ஒரு ஜீவனை இந்தளவுக்கு கொடுமைபடுத்தலாமான்னு." அம்மா சட்டென்று அவனை பார்த்தபோது கண்கள் சரிந்து இறங்கி திரும்பி வந்தன. "ஆனால் எனக்கு வேற வழியில்ல. இத நான் செய்தேயாக வேண்டிய நிலை. உன்னால என்ன மன்னிக்கமுடியுமா?" அவள் தன்னை முழுதும் அர்ப்பணித்துவிட்டவள் என்பதுபோல் அவனை நோக்கி கைவிரித்தாள். கௌதமன் அம்மாவை சோகப்புன்னகையுடன் பார்த்தான். தன் தலையை மெல்ல தடவிக்கொண்டான்.

அம்மா சட்டென்று சிரித்தாள். "உனக்குள்ள மனிதக்குழந்தைய முதல்முதல்ல பார்த்தது எப்போ தெரியுமா? நீ ஒரு நாள் வலி வலின்னு அழுத. சாப்பிடமாட்டேன்னு அடம்பிடிச்ச. உன் கட்டமைப்புல கதைகளத் தவிர வேறெந்தக் குறுக்கீடும்

இருக்கக்கூடாதுன்னு நினச்சேன். அதுனால நான் என்ன உங்கிட்டருந்து ரொம்ப தள்ளியே வச்சுகிட்டேன். ஆனா அன்னிக்கி என்னமோ தோண இறங்கி வந்து உனக்கு ஒரு கதை சொன்னேன். நினைவிருக்கா?''

"கர்ணன் கதை,'' கௌதமன் மெல்லிய குரலில் சொன்னான். அம்மா உதடுவிரிய சிரித்தாள்.

"அன்னைக்கித்தான் நான் எதிர்பார்க்காத பல மாற்றங்கள உனக்குள்ள பார்த்தேன். உதாரணமா, உனக்கு மனிதர்களைப்போல பால்பிரக்ஞை வந்திருந்தது.''

"அப்படின்னா எனக்குள்ள இயல்பில பால் அடையாளம் கிடையாதா?'' கௌதமன் தலைதூக்கி கேட்டான்.

"கிடையாது'' அம்மா மீண்டும் புன்னகைத்தார். "எந்த தானியங்கிக்கும் கிடையாது. ஒரு வசதிக்காக மனிதர்கள் சொல்வதுதான். ஆனால் உன் விஷயத்துல நீ ஆணாகவே உன்ன உணர்ந்த. ஒரு வேள நீ வேற கதைகள கேட்டிருந்தன்னா, இல்ல வேற வரிசையில கேட்டிருந்தன்னா, நீ பெண்ணாகவும் உணர்ந்திருக்கலாம். அது என்ன கணக்கு எப்படின்னு சரியா என்னாலையே சொல்ல முடியுமான்னு தெரியல...''

அம்மா சற்று நேரம் எதுவுமே பேசாமல் இருந்தாள். அறையைச் சுற்றி வந்து பூமியை நோக்கிய கண்ணாடிச்சுவர் வழியாக வெளியே பார்த்து நின்றாள். "விந்தைதான். கதைகளை கேட்டு பாலடையாளம் பிறப்பது...'' என்றாள். அவனிடம் திரும்பி, "உனக்கு பாலுறுப்புகள் கிடையாது. பிறப்புக்கான சாத்தியங்கள் கிடையாது. ஆனால் அடையாளமும் ஆசையும் கோபமும் மட்டும் முளச்சுடுச்சு'' என்றாள்.

கௌதமன் தலைகுனிந்து "அப்ப சித்தப்பா?'' என்றான்.

அம்மா பெருமூச்சுடன் அவனை பார்த்தார். "அவர் மனிதர்'' என்றாள். "உன்னையும் உன் அப்பாவையும் என்னுடன் சேர்த்து உருவாக்கிய பொறியாளர். நான் பூமியிலிருந்து தன்னந்தனியாக கிளம்பியபோது என்னை நம்பி கூட வந்த ஒரே ஜீவன். ஒவ்வொரு நாளும் நான் இங்க எதுக்காக வந்தேன்னு அவர் இருப்பாலேயே ஞாபகப்படுத்திகிட்டு இருக்கிறவர்.''

கௌதமனுக்கு என்ன சொல்வதென்றே தெரியவில்லை. தன்னைப் பற்றி ஒரேநாளில் இவ்வளவு தெரிந்துகொண்டதில் அவனுக்குள்ளே வலி பீறிட்டு அலறவைத்திருக்க வேண்டும். ஆனால் அவன்

எதிர்பார்த்ததைப்போல் அப்படியேதும் நடக்கவில்லை. உள்ளூர சிறு ஏக்கமாக ஒரு கொப்பளம் மட்டும் மீண்டும் மீண்டும் எழுந்து வெடித்தது. அதில் சாரமே இல்லை. வலியும் இல்லை. வலியுச்சத்தில் தன் தலைக்கு மேல் திரண்டு வெடிக்கும் சிவப்பொளியை நினைத்துக்கொண்டான். தன்னை கனவுகளில் துரத்தும் செஞ்சூரியனை நினைத்துக்கொண்டான். சலிப்பு மிகுந்து தன்னுடைய சிவப்புக்கண்ணை அழுத்திக்கொண்ட அப்பாவை நினைத்துக்கொண்டான். தன் கையையும் காலையும் கழுத்தையும் தோளையும் அவனையறியாமல் மாறி மாறி தொட்டுப்பார்த்துக் கொண்டான். நான் நான் என்று உணர்வதுபோல். தன் முன்னால் நின்ற, தன்னை உருவாக்கிய மனிதப் பெண்ணை பார்த்தான். அம்மா. அவன் அம்மா. அவனுக்கு மட்டுமே அம்மா. அவள் இங்கு தன்னந்தனியாகவா வந்தாள்? தானியங்கிகளோடும் புத்திபேதலித்த மானுடனோடும் ஒற்றையாளாகவா இப்படி வசிக்கிறாள்? ஏன்? என்ன கொடுந்தவம் இது?

ஆம், அவள் எல்லாவற்றையும் சொல்லிவிட்டாள். ஒன்றைத்தவிர. ஆதாரமான அந்த ஒன்றைத்தவிர. கௌதமன் அவளை சோகமான கண்கள் வழியாகப் பார்த்தான். அந்தக்கேள்வியை எதிர்பார்த்தவள் போல் அம்மா மெதுவாக, அதே சோகத்தை பிரதிபலித்த கண்கள் வழியாக புன்னகைத்தாள்.

“ஏம்மா?” என்றான். அவனால் மேலும் எதுவும் கேட்க முடியவில்லை. உணர்ச்சி வேகத்தில் எழுந்து நின்றான்.

அம்மாவின் சிறிய பாதங்கள் புறாக்களைப்போல நாணி படபடத்தன. அவள் அவனை அணுகினாள். அருகே வரும்தோறும் அவளுடைய கூந்தல் மலைப்பாம்பைப்போல் முன்னுடலில் எப்படி இறங்கியதென்றும், அவள் கண்கள் எப்படி கனத்திருந்தன என்றும் அவன் கண்டு தன்னையறியாது ஓர் அடி பின்னால் நகர்ந்தான். அவள் மூச்சுக்காற்றை தன் முகத்தில் அவன் உணர்ந்தான். அவன் கைகளை அவள் அழுந்தப்பற்றிக்கொண்டாள்.

கேளுங்கள்! இருளாழத்துக்கு மறுபக்கமாக கைகோர்த்துச் சுருண்டு ஒளிப்பந்தாக படுத்து காத்திருக்கும் கதைகளனைத்துமே இரவெல்லாம் ஒன்றுடனொன்று தீராமல் பேசுகின்றன. முத்தமிடுகின்றன. அன்பு கனிந்தால் அணைத்துக்கொள்கின்றன. அவை பிள்ளைகளை பெற்றுக்கொள்கின்றன. கேளுங்கள், கதைகளுக்கும் மூதாதையர் உண்டு. விரல் ஆட்டி அதட்டும் தாதைகள் உண்டு. கொஞ்சும் அத்தைகள் உண்டு. மனைவியரும் மகள்களும் பேத்தியரும் பெருக்கெடுப்பதுண்டு.

கதைகளின் வெளி தேனீக்கூட்டைப் போன்றது. கதைகள் ஒரே கூட்டுக்குடும்பத்தின் அங்கங்கள். தாயாதிகளும் பந்தங்களுமாக கூடி வாழ்பவை. எத்தனைச் சண்டைகளும் விரிசல்களும் வந்தாலும் அவை ஒன்றையொன்று விட்டுக்கொடுப்பதில்லை.

ஒரு கதையை அள்ளும்போது அதன் உறவினர்களெல்லாரும் சேர்ந்து எழுவர். இதை உணராத கதைசொல்லியே இல்லை. இளமையில் வலியோடும் நடுவயதில் விரக்தியோடும் முதிர்வில் புன்னகையோடும் அவர்கள் அவ்வுறவுகளை எதிர்கொள்வர். உண்மையில் இங்கிருப்பதே ஒற்றைப் பெருங்கதை என்று உணர்ந்தவர்களும் உண்டு. அதே கதைகள்தான் இங்கு மீண்டும் மீண்டும் சொல்லப்படுகின்றன. ஆனால் அவற்றை சொல்லித் தீரவே தீராது. அவற்றை எழுப்பிக்கொண்டுவருகிறாளே? இவளுக்கும் அவற்றைக் கேட்டு நடித்துப்பார்க்க சலிப்பதேயில்லை.

அத்தருணத்தில் அம்மா என்னிடம் சொன்ன கதையும் இவளுடைய கதைதான். பழங்கதை. இவளுக்கு நன்கு பரிச்சயமான கதை. கேட்டு பொறுத்தருள்வாளாக!

நாற்பது லட்ச வருடங்களுக்கு முன்னால், பாதிக்குரங்காக கைகளிலும் கால்களிலும் தவழ்ந்தலைந்த மனிதனின் மூதாதை ஒருவன் ஒருநாள் எழுந்து இருகால்களை அகல விரித்து நின்றான். அன்றிலிருந்து மனிதர்கள் அனைவருமே எழுந்து நின்று இருகால்களில் நடமாட ஆரம்பித்தார்கள்.

அவர்களுடைய கைகள் மண்ணைக் கவ்வுவதை விட்டுவிட்டுமரங்களை துழாவத்தொடங்கின. பின் வானை அளாவ எம்பின.

அவர்களுடைய கண்கள் தரையோடு ஓடும் விலங்குகளைப்போல் அல்லாமல் முகத்தில் முன்னோக்கி அமைந்திருந்தன. எழுந்து இருகால்களில் நின்ற மனிதன் நேராக முன்னோக்கி பார்த்தபோது அவன் மூதாதைகள் எவருமே கண்டிராத தொலைவுகள் அவன் கண்களுக்கு முதன்முதலாக வசப்பட்டன. நிலத்தையும், அதைத்தாண்டிய நதிகளையும், அதையும் தாண்டி எழுந்த மலைகளின் முகடுகளையும், அதற்கும் மேல் எழும்பி விரிந்த வானையும் அவன் தெள்ளத்தெளிவாக கண்டான்.

வெளிப்பார்வை விரிய விரிய அவன் மண்டை பெருத்தது. இடப்பக்கமும் வலப்பக்கமும் வானைநோக்கியும் மூளை சூல்கொண்டவளின் வயிற்றைப்போல் வீங்கியது. மண்டை வீங்கியபோது மனிதனுக்கு உள்நோக்குப்பார்வையும் பிறந்தது.

சுசித்ரா

புறத்தே தொலைதூரக் காட்சிகளை கண்டவன் அகத்தே கனவுகளை காணத்தொடங்கினான். புறத்தே அவன் செல்லமுடியா தொலைவுகளுக்கு அகத்தே சென்றான். புறத்தே தெரிந்த உலகத்தை அகத்தே நிறுத்திய கண்ணாடி பிம்பங்களில் பல்லாயிரமாகப் பெருக்கினான். அத்தனை உலகங்களிலும் அவன் கால் பதித்தான். குடியேறினான்.

மனித ஆண் நின்றான், நடந்தான், பார்த்தான், பதித்தான், அடைந்தான். மனிதப்பெண் நின்றாள், நடந்தாள், பார்த்தாள், பதித்தாள், அடைந்தாள். அவன் இருகால்களில் எழும்பி நின்று முன்னால் தொலைவுகளை நோக்கினான். மண்டை பெருத்து அகவிழியால் கனவுகண்டான். அவள் இருகால்களில் எழும்பி நின்று முன்னால் தொலைவுகளை நோக்கினாள். மண்டை பெருத்து அகவிழியால் கனவுகண்டாள்.

ஆனால் அவன் செய்யாத ஒன்றை அவள் மட்டுமே செய்தாள். அவள் அவர்களுடைய பிள்ளைகளை ஈன்றாள்.

எழும்பி நின்ற மனிதன் வேகமாக ஓட அவன் கால்கள் நீண்டன, இடுப்பு குறுகியது. வீங்கிய மண்டையும் இருகால் நடையுமே மனிதனின் இடுப்புக்குறுகலை உருவாக்கியது. பெண்ணின் இடுப்பு ஆணைவிட விரிந்தது, இருந்தாலும் மனிதனின் கனவுகள் கொண்ட வீக்கத்திற்கு ஈடுகொடுப்பதல்ல அது.

நான்கு கால் குரங்காக இருந்தபோது அவள் ஒரு புதருக்குள் தனியாக சென்று சில நிமிடங்களிலேயே குட்டியை முக்கி ஈன்றாள். ஆனால் இரண்டு கால்களில் நடக்கும் மண்டை வீங்கிய மனிதப்பெண் என்றானதும், தன் சுற்றங்களெல்லாம் சூழ, மிகக்குறுகிய இடுப்பு வழியே, எந்த விலங்கை விடவும் வீங்கிய தலை கொண்ட மனிதக் குழந்தையை பலமணிநேர வேதனைக்குப் பின் பிறப்பித்தாள்.

பிரசவத்தின்போது அந்த மண்டைக்கு வழிவிட பிறப்புக்குழாய் விரிந்தபோது அவள் வலிதாளாமல் அலறினாள். அது மானுடப்பாய்ச்சல்களுக்கெல்லாம் அவியாக அளிக்கப்படும் பெருவலியின் அலறல். சிலநேரங்களில் இறந்தே போனாள். அது மானுடக்கனவுகள் கொள்ளும்பலி. அந்த விலையை கொடுத்துதானே ஆகவேண்டும்? ஏனென்றால் பிறக்கவிருப்பது மனிதன் அல்லவா? அவன் தேவகுமாரன் அல்லவா?

மண்டையோடு வளர்ந்தால்தான் அது மனிதன். மனிதனை மனிதனாக்குவது அவன் பழுத்த மண்டையும், அகமும் புறமும்

ஒளிகொள்ளும் கண்களும். அவை அனைத்துக்கும் தங்கள் உடல்வேதனையை பெருவலியை பதிலீடாக அளிக்கின்றனர் மனிதப்பெண்கள். மனிதன் எழுந்து இருகால்களில் நின்றதும் மூளை வளர்ந்ததும் அந்த இனத்தின் ஆதிபாவமாக அவர்களுடன் தொற்றிக்கொண்டது.

கருப்பை சார்ந்த குற்றவுணர்வு இல்லாத மனித அறிவே இல்லை. அதை நினைத்து ஏங்காத மனித சமூகமே இல்லை. அதை ஆழத்தில் எங்கேயோ புதைத்து வைத்திருக்கிறது. அது வெளிவரும்போது அதைக்கண்டு பயப்படுகிறது. அதை கலையாக ஆக்குகிறது. அதைவழிபடுகிறது. அதை ஏளனப்படுத்துகிறது. நிராகரிக்கிறது. பிறகு இன்னும் கவனமாக உள்ளூர புதைத்துவைத்துக்கொள்கிறது. மறந்துவிடுகிறது.

வான்வரை நீண்டு விண்ணையும் கடக்கும் மனிதனின் மூளை. ஆழங்களுக்குள் பாய்ந்து நெருப்பையும் பனியையும் மீட்டெடுத்துவரும் மனிதனின் கனவு. உலகத்தையே நிறைத்து பெருக்கவைக்கும் வல்லமை கொண்டது அதன் கற்பனை. இக்கதைகள் அனைத்தும் பிறந்த களம் அது.

ஆனால் எல்லாமே விளையும் நிலம் புவி. உயிர் பிறந்த விளைநிலம் அவள். புவியின் கனவு மனிதப்பெண்களின் அடிவயிற்றில் வாழ்கிறது. அவள் கொள்ளும் வலியில் அர்த்தம்கொள்கிறது. கேளுங்கள், வலியை அர்த்தமாக உருமாற்றும் ஆற்றல் கொண்டவனின் சொல் இது. ஒருநாளும் பொய்க்காது. பொய்யாக்கதை, பழம்பெரும் இக்கதை உங்கள் உளநிலங்களில் ஊறி முளைவிடட்டும்.

கேளுங்கள்! உங்கள் காதுகளுக்கு மட்டுமேயாக இக்கதையை ஓதுகிறேன். அப்போது நான் விண்கப்பலில் வாழ்ந்து கொண்டிருந்தேன். நான் பிறந்ததே அங்குதான். அப்போது எனக்கு பதினைந்து வயது இருக்கும். ஒருமுறைகூட நிலத்தில் கால் வைத்ததில்லை. வானகத்து நீரிலேயே மிதந்துகொண்டிருந்த என்னை நிலத்துடன் பிணைத்தது என் அம்மா சொன்ன கதைகள் மட்டும்தான். அவள் என்னிடம் கடைசியாக சொன்ன கதை இது. உங்களுக்கு நன்கு பரிச்சயமான கதைதான், இருந்தும்பொருத்தருளி கேட்கவேண்டும்.

ஒரு ஊரில் ஒரு அண்ணனும் தங்கையும் இருந்தார்கள். அண்ணன் பிறந்து பன்னிரண்டு வருடங்களுக்குப் பிறகே அவனுக்கு தங்கை பிறந்தாள், அப்போது அவன் இளைய மனதில் தனக்கு

பிறக்கவிருப்பவர்களையும் கனவுகாணத் தொடங்கியிருந்தான். ஆகவே தங்கை அவனுக்கும் மகளென்று ஆனாள்.

அவள் பிறந்தபோது அவன்தான் அவளை முதலில் கையில் தூக்கி கொஞ்சினான். யாரும் பார்க்காதபோது அவள் கைவிரல் பத்தும் கால்விரல் பத்தும் சரியாக உள்ளனவா என்று எண்ணிப்பார்த்தான். அவள் சிணுங்கியபோது அவளுக்கு ஆடை மாற்றினான். அவள் உறங்கியபோது அவள் தலையில் கருவறையில் பூத்த முடிச்சுருளை ஏதோ ரகசிய எழுத்தை ஆராயும் அறிஞனைப்போல் காலநேரம் கருதாமல் நோக்கிக்கொண்டிருப்பான்.

அவளுடைய மழலைக்கு ஈடுகொடுத்து தானும் மழலை கற்றான். அவளுக்கு விளையாட மரபொம்மைகளை செதுக்கிக்கொடுத்தான். அவள் பாதங்களை தன் நெஞ்சில் சூடினான். அவள் பார்த்த உலகை அவனும் பார்த்தான். அவள் கட்டிலுக்கடியிலிருந்த ராட்சசர்களை போருக்கழைத்தான். அவள் உறக்கத்தை இரவெல்லாம் காவல் காத்தான். அவளுக்கு முன் என்றென்றைக்கும் தன் தோல்வியை பகிரங்கமாக ஒப்புக்கொள்ளும் முதல் ஆணென அவளுக்கு அவன் ஆனான்.

தங்கை வளரும்தோறும் அவள் உலகமே அண்ணனை சுற்றிச் சுழன்றது. அவனுடைய உடைகளை திருடி அணிந்தாள். அவனுடைய சொற்களை கடன் வாங்கி அவன் பேசியதைப் போலவே பேசினாள். அவன் சென்ற இடத்துக்கெல்லாம் அவளும் செல்லவேண்டுமென்று அடம்பிடித்தாள். அவன் உயரத்துகே வளர்வேன் என்று எம்பினாள். அவன் படித்த புத்தகங்களையெல்லாம் தானும் படித்தாள். பத்து வயதில் அவன் விட்டுவைத்திருந்த கல்லூரிக் கணக்குகளை அவளே முடித்துவிடுவாள். ஒவ்வொரு நாளும் அவளை வியந்து மெச்சாமல் இருக்க மாட்டான் அவள் அண்ணன். அண்ணனின் காலடிகளின் கூப்பிடு தூரத்துக்கு தொலைவில் போகமாட்டாள் தங்கை.

அப்போது ஒரு பெரும்போர் மூண்டது. அதன் அலைகள் யாரையும் விட்டுவைக்கவில்லை. அண்ணன் இளமையின் உற்சாகத்தால் உள்ளிழுக்கப்பட்டான். அதன் ஒழுக்கோடு அவனறியாமலேயே சென்றான். எல்லா போர்வீரர்களையும் போலவே அவனும் செயல்வேகத்தில் தன்னை மறந்து அதன் விசையில் தன்னை முழுதும் கரைத்துக்கொண்டான்.

போர் முடிந்தபோது பூமியில் மனிதர்களும் விலங்குகளும் காடுகளும் பறவைகளும் பூச்சிகளும் நான்கில் ஒரு பங்கு குறைந்திருந்தன. அவள் மையத்தில் ஆறாத ரணமாக சீழ்கட்டாத புண்ணாக அவள் பாதாளம் வரை ஒரு பிளவு திறந்துகொண்டிருந்தது.

பொன்னாக வழிந்தது அவள் குருதி. நில்லாது வழிந்தது. முன்பு மனிதர்கள் போரிட்டிருந்தார்கள். ஆனால் இப்படியொரு செயலை யாரும் செய்யத் துணிந்ததில்லை. அந்தக் குரூரத்தில் தனக்கும் நேரடிப் பங்கு இருந்ததென்று உள்ளூர உணராத போர்வீரனே இல்லை. அந்த உணர்வு அவர்கள் சித்தங்களின் மேல் கருமூட்டமாக பதிந்தது.

போர் முடிந்து அண்ணன் திரும்பி வந்தபோது சிறுமியென்றிருந்த அவனுடைய தங்கை காணாமல்போய் அவ்விடத்தில் கண்ணில் ஒளியும் கைவிரல் நுனியசைவில் இசையும் குடிகொண்டிருந்த பதினெட்டுவயது பெண்ணை கண்டான். தங்கையாலும் அவள் ஆராதித்து வளர்ந்த அண்ணனை இந்தப் புது மனிதனில் அடையாளம் கண்டுகொள்ள முடியவில்லை. கசங்கிய தாடியும் முன்வழுக்கையும் நடுங்கும் விரல்களும் ஒடுங்கிய கன்னங்களுமாக வந்திருப்பவன் யார் என்று தேடித்தேடி நோக்கினாள். இவன் கண்களை விட்டு அவள் அண்ணன் கிளம்பிசென்றுவிட்டிருந்தான்.

ஆம், வந்தவன் போர்க்களத்தில் வானின் வெறுமையையும் பார்த்துவிட்டிருந்தான். பூமியின் பிளவுக்குள்ளும் பார்த்து விட்டிருந்தான். எல்லாமே அவனுக்குள் அர்த்தமிழந்திருந்தது. யாரை நோக்கியும் அவன் கண் திரும்பவில்லை. தனக்குள்ளேயே பேசிக்கொண்டிருந்தான். யாரைப்பார்த்தாலும் முகத்தை திருப்பிக் கொண்டான். அல்லது யாருக்கும் தெரியாத ரகசியம் தனக்கு தெரிந்துவிட்டதுபோல் ஏளனமாக தனக்குள்ளேயே சிரித்தான். யாரும் காணாத இரவுகளில் படுக்கைக்கடியில் இருட்டில் புகுந்து அழுதான். அவன் அப்போது எந்தத் தாய்க்கும் தந்தைக்கும் மகன் இல்லை, எந்த தங்கைக்கும் அண்ணன் இல்லை. அவன் மட்டுமே படகு கட்டி அலைந்த பெருங்கடலில் அவன் தனியன்.

ஒருநாள் அவனுடைய தங்கை அவன் அருகே வந்து அமர்ந்து ஒரு பழைய துருப்பிடித்த பெட்டியை அவன் மடிமேல் தலைகீழாக கொட்டினாள். அதற்குள் அவர்களுடைய சிறுவயதின் பொக்கிஷங்கள் இருந்தன. அவன் அவளுக்கு செய்துகொடுத்த மரபொம்மைகளும், புகைப்படங்களும், காட்டில் பொறுக்கியெடுத்த இறகுகளும், முட்டையோடுகளும், காய்ந்த மலர்களும், தொட்டால் உதிரும் சருகுகளும், வழவழப்பான கற்களும், கடற்கரை சங்குகளும் அவன் மடியில் குவிந்து கிடந்தன. புவியின் மங்கலங்கள். அவன் அவற்றை பொருளில்லாமல் பார்த்தான்.

அவள் கண்கள் அப்போதும் ஒளிகொண்டிருந்தன. போர் முடிந்த நாட்களின் நம்பிக்கையிழப்பும் வெறுப்பும் பற்றாக்குறைகளால்

உருவான நிராசையும் எதுவுமே அவளை தீண்டியதாகத் தெரியவில்லை. வெதுவெதுப்பான குருதி தோலோடு விம்ம அவள் அவன் கையை பிடித்தாள். சோகையால் சுருக்கமடைந்திருந்த அவனுடைய குளிர்ந்த கன்னத்தை வருடினாள். மெலிந்துவிட்டிருந்த தோளைச் சுற்றி கைபோட்டு அணைத்தாள்.

அவன் கண்களில் எல்லாபக்கமும் சூழப்பட்டு தோல்வியை ஒப்புக்கொண்ட வேட்டை விலங்கின் வெறுமை தெரிந்தது. அவள் எதையுமே காணாதவள்போல் "அண்ணா" என்றாள்.

அவன் விழுங்கினான். முழுகப்போகிறவன் அருகே விழுந்த துடுப்பை பிடிப்பதுபோல் அவள் வெம்மையான மணிக்கட்டை அவன் இறுகப்பற்றினான். "என்னால முடியல..." என்றான். அவன் குரல் கட்டியிருந்தது. எங்கிருந்தோ வந்ததுபோல் ஒலித்தது. அடுத்த நிமிடம் தான் அவ்வார்த்தைகளை சொல்லவில்லை என்பதுபோல் முகத்தை திருப்பிக்கொண்டான்.

அவள் அவனை பரிவோடு தொட்டாள். "அண்ணா" என்றாள். அவளுக்கு வேறு வார்த்தைகளே தெரியாதா? "அண்ணா" அவள் அவன் மடியிலிருந்து ஒரு பொம்மையை எடுத்தாள். "அண்ணா, இவன ஞாபகம் இருக்கா? சின்ன வயசுல இவன நீ உன் கூடவே வெச்சு படுத்துக்குவ. அப்புறம் எங்கிட்ட குடுத்த..." என்றாள்.

"உள்ள காலியா இருக்கு. ஒழிஞ்சு கெடக்கு. வீட்ல யாருமே இல்ல. விளக்கெல்லாம் அணஞ்சுபோச்சு. நீ போ," என்றான்.

கேட்காதவள்போல் ஒரு புகைப்படத்தை எடுத்தாள். அதில் ஒரு பன்னிரண்டு வயது சிறுவன் கைக்குழந்தையை தூக்கிக் கொண்டிருந்தான். "நீ. நான்" அவன் விரலைப் பிடித்து புகைப்படத்தில் இருந்த குழந்தையையும் சிறுவனையும் தொட்டாள்.

அவன் தன் விரலை வெடுக்கென்று அந்தப் புகைபடத்திலிருந்து எடுத்தான். கோணலான சிரிப்பு அவன் உதட்டோரத்தில் வந்தது. "போடீ. எனக்கு ஒண்ணும் வேண்டாம். எல்லாமே சலிப்பா இருக்கு" என்று திரும்பிக்கொண்டான்.

அவள் வலுக்கட்டாயமாக அவனை தன்னை நோக்கி திருப்பினாள். அவன் முகத்தைப் பிடித்து கீழே இழுத்து தன்னை நோக்க வைத்தாள். "சொன்னா புரியல? உள்ள யாரும் இல்ல. நான் உன் அண்ணன் இல்ல" என்று தன் முகத்தை திருப்ப பார்த்தான். "இல்ல. இருக்க" அவனோடு மல்லுகட்டிக்கொண்டே மூச்சுவாங்க அழுத்தமாக சொன்னாள். "நீ இங்க இருக்க. நீ எங்கேயும் போயிடல. இருக்க. இருக்க. நீ இருக்க. இருக்க. இருக்க..."

அவன் திமிறிக்கொண்டு எழுந்து திரும்பிப்பார்க்காமல் விலகிச்சென்றான். ரகசியமாக அவளை நம்ப வேண்டுமென்று பரிதவித்தான். வேண்டினான். இரவெல்லாம் யாரிடமென்று தெரியாமல் மன்றாடினான். கண்ணீர் மல்கினான்.

ஆனால் மண்டையின் எல்லையின்மை மிகப்பெரியது. அங்கு தொலைந்துபோவது எவ்வளவு எளிது என்று மனிதர்கள் உணர்வதில்லை. சுற்றிச்சுற்றி தொடங்கிய இடத்துக்கே வந்தான். அல்லது அது தொடங்கிய இடத்தைப் போலவே இருந்தது. பரந்த கடலில் நடுநிசியில் இடங்களை எப்படி சொல்வது? சோர்ந்து ஒரே இடத்தில் கிடந்தான். மட்கினான். சலித்தான். தன் வெறுமையைத் தானே வெறுத்தான். அந்த வெறுமையை துரத்த எண்ணி உள்ளே ஒரு குண்டை அனுப்பினான். குருதியும் மூளையும் தெறிக்க அது வெளியே வந்தது. கூடவே உயிரும் வெளியேறியது. ஆனால் வெறுமை? அது அங்கேயேதான் இருந்தது.

கேளுங்கள், புவியின் கனவுகளில் வாழ்கிறது உயிர். துரத்தி விரட்டி அடிக்கப்பட்டால் அது எங்கே ஓடும்? எங்கே சென்று நடுங்கியபடி புதைந்துகொள்ளும்? துரத்தப்பட்ட உயிர்களெல்லாம் தஞ்சம் புகுவது எங்கே? அவர்களுக்கென்று ஒரு கருணைமடி எங்கேயோ யாரிடமோ உள்ளதல்லவா? என் தெய்வங்களின் வாசலில் இந்த ஒற்றைக் கேள்விக்கு விடை வேண்டி காலகாலமாக காத்துக்கொண்டிருக்கிறேன்.

மகனின் தற்கொலையால் அவனுடைய பெற்றோர்கள் உடைந்து போனார்கள். அந்தத் துன்பத்தை அவர்களால் தாங்கிக்கொள்ள முடியவில்லை. நோய்கண்டு ஒருவர் பின் ஒருவர் இறந்தார்கள்.

தங்கை அப்போது படித்துக்கொண்டிருந்தாள். அவளுக்கு வெகுநாட்களுக்கு எதுவுமே புரியவில்லை. பனித்திரைக்கு அந்தப்பக்கம் வேறொரு வாழ்க்கை கடந்து சென்றுவிட்டிருந்தது. இனி அது சாத்தியமில்லை. ஒவ்வொரு நாள் எழும்போது பழைய வாழ்க்கையில் முழித்துக்கொள்வாள். அவளுடைய அண்ணனின் பொம்மைகள் ஜன்னல் விளிம்பில் அணிவகுத்து அவளை பார்த்துக்கொண்டிருக்கும். மடைதிறந்த வெள்ளப்பெருக்காக அந்த நினைவுகள் வந்து அவளை அடையும். கடந்துவிட்டவை. பொருளிழந்தவை. பெயரில்லாதவை...

பகல்களைக் கூட கடத்திவிடுவாள். ஆனால் இரவுகளின் நீளத்தை அளக்க யாரால் முடியும்? புரியாமல், பேச்சு வராமல், இருளின் முடிச்சுகளை ஒவ்வொன்றாக பொறுமையாக அவிழ்த்தபடியே தன்

இரவுகளைக் கடத்தினாள். இருளாழத்துக்கு மறுபக்கம் எங்கோ ஏதோ வடிவில் ஒளியின் சுருள் ஒன்று இருக்கிறதென்றும் அதன் விரல் என்றாவது இருளை ஊடுருவி வந்து தன்னைத் தீண்டுமென்றும் நம்பினாள். அந்த நம்பிக்கை எங்கு பிறந்ததென்று அவளுக்கே தெரியவில்லை.

ஒரே ஒருநாள் மட்டும் இருண்ட வானை நோக்கி விரல்களை மடித்து தன் உள்ளே உறைந்திருந்தவற்றை வார்த்தைகளாக்கினாள். “நான் அவனுக்கு உயிரையல்லவா கொடுத்தேன்” என்று கூவினாள். அதையே மீண்டும் மீண்டும் தனக்குள் மந்திரம்போல சொன்னாள். உயிரல்லவா அது. ஆம் உயிரல்லவா. அவள் அவனுக்கு உயிரையல்லவா கொடுத்தாள். உயிர், மகத்தான உயிர். பூமியின் உள்ளாழத்தில் உறையும் ஒளி. அவளால் அதை பொறுக்கவே முடியவில்லை. அவன் உயிரையல்லவா நிராகரித்தான். உயிரையல்லவா தூக்கி துச்சமென எறிந்தான். உயிர். கதகதப்பானது. ஒளிகொண்டது. மகத்தானது. மங்களமானது. பயிராகி நிறமாகி இசையாகி விடிவது. அவன் அதை ‘தேவையில்லை, சலிக்கிறது’ என்றல்லவா விலக்கி ஒழிந்தான்?

அன்று அம்மா என் கைகளை பற்றிக்கொண்டு அந்நாட்களை பற்றி சொன்னார். இருண்ட நாட்கள். அவள் நினைவில் ஆழமாக நின்றவை. முதலில் எல்லாவற்றையும் நிராகரித்தாள். கெட்ட கனவென எதையுமே நம்பாமல் இருந்தாள். தலையை மண்ணில் புதைத்துக்கொள்ளும் ஆஸ்ட்ரிச் பறவையைப்போல நடந்தது எதுவுமே தனக்கு பொருட்டல்ல என்று தனக்குத்தானே சொல்லிக்கொண்டாள். ஆனால் வெகுவிரைவில் அந்த உண்மையை நேருக்கு நேர் சந்திக்காமல் இருக்கமுடியாது என்பதை அறிந்தாள்.

ஏன் தெரியுமா? ஏனென்றால் மனது பேதலித்துப்போய் தற்கொலை செய்துகொண்டது அவள் அண்ணன் மட்டும் அல்ல. ஊரெல்லாம் வீடெல்லாம் போருக்குச் சென்று வந்தவர்கள், போரை கருத்தாக்கியவர்கள், அவர்களுக்கு உணவளித்தவர்கள், மருந்தளித்தவர்கள், வரைபடங்களை வரைந்தவர்கள், விளக்கேந்தியவர்கள், வண்டியோட்டியவர்கள் என்று போருடன் தொடர்பு கொண்டிருந்த பலரும் காற்றில் ஏதோ கொடிய நோய் பரவிவிட்டதுபோல் கொத்துக்கொத்தாக தற்கொலை செய்துகொண்டு மாண்டார்கள்.

தற்கொலை செய்துகொள்ளாதவர்கள், அல்லது அதற்கு துணிவு வராதவர்கள், மனச்சோர்வில் மூழ்கினார்கள். அவர்கள் வெறுமையில் உழன்றார்கள். பேசுவதை ஒழித்தார்கள். தங்களுக்குள் உள்ளே

உள்ளே சென்று மீட்பின்றி கரைந்தார்கள். அவர்களுக்கு எதிலும் அர்த்தமிருக்கவில்லை. எல்லாமே சலித்துவிட்டது.

அம்மாவின் பேதலிப்பு விரைவில் மறைந்தது. அதன் இடத்தில் ஆத்திரம் பிடித்துக்கொண்டது. கோபம். உயிரையல்லவா கொடுத்தேன் அவனுக்கு? ஏன் வேண்டாமென்று எட்டி உதைத்துவிட்டு அப்படிசென்றான்? என்ன திமிர்? என்ன ஆணவம்? என்று ஒவ்வொருநாளும் அவள் தன்னையே கேட்டுக்கொண்டாள்.

அம்மா சொன்னாள். ஒருநாள் பொறுமையிழந்து அவன் நினைவுகளை மொத்தமாக தன் மனதுக்குள்ளேயிருந்து குப்பையென்று வீசியெறிந்தாள். அன்று முழுவதும் எடையில்லாமல் எல்லா இடங்களுக்கும் சென்றாள். அவன் இல்லையென்றே கொண்டாள். ஆனால் வெளியே கண்டவர்களில் பத்தில் ஒருவன் தன் அண்ணனாகவே அவளுக்குத்தெரிந்தான். அதே சோர்வு. வெறுமை. அர்த்தமின்மை. சுயஏளனம். இவர்களில் பாதிப்பேர் அடுத்த ஒருமாதத்திற்குள் இறக்கப்போகிறார்கள். அதைத்தடுக்க ஒரு வழியும் இல்லை.

ஆனால் தற்கொலை செய்துகொள்ளாதவர்களையும் அந்தச் சோர்வு கருமூட்டமென மூடித்தாக்கியது. போருக்குப் பிறகு குழந்தைகளே அரிதாகத்தான் பிறந்தார்கள். யாருக்கும் பெற்றுக்கொள்ள விருப்பமில்லை. யாருக்கும் மன்னிப்பில்லை என்பதுபோல அந்தக் கரும்புகை எல்லோரையும் தாக்கிவிட்டிருந்தது. அவர்களின் மனதின் ஆழம்வரை பரவியிருந்தது. அவர்களின் விதைகள் வரை ஊடுருவி அழித்திருந்தது.

கதை கேட்பவரே, உங்களுக்கு இன்னமுமா புரியவில்லை? இது வஞ்சம். பூமி தன் மீது மானுடம் இழைத்தவற்றுக்கு கொள்ளும் வஞ்சம். மனிதர்களின் வீங்கிய மண்டைகளை, கனவுகளை ஆணவங்களை அராஜகங்களை பொறுமையாக தன்னுள்ளே தாங்கி வேதனையை பார்க்காமல் பிறப்பித்தவள் போதுமென்று எல்லாவற்றையும் நிறுத்திவிட்டாள். என் உயிரையா துச்சமென தூக்கியெறிந்தாயென்று அவள் தன்னை உள்ளாழத்திற்கு இழுத்துக்கொண்டுவிட்டாள். சொல்லுங்கள், அவள் ஆத்திரம் நியாயம்தானே? அவள் வஞ்சத்துக்கு பலியாக தலைகொடுப்பது ஒன்றைத்தானே நாம் செய்யமுடியும்?

அம்மா சொன்னார். நானும் வஞ்சம் நிறைந்தவளாக இருந்தேன். எனக்குள்ளும் ஆத்திரம் பொங்கியது. நல்லது, இந்த இனமே அழியட்டும் என்று கொதித்தேன். பூமியை மானுடம் பிளந்து

போட்டிருந்த இடத்துக்குச் சென்று அதன் விளிம்பில் நின்று உள்ளாழம்வரை பார்த்தேன். என் அண்ணனையும் அவனைப் போன்றவர்களையும் வஞ்சம் தீர்க்க தீயுமிழத் திறந்திருந்த அவள் வயிற்றுக்குள் கடைசி மனிதனையும் வீசியெறிந்தாலும் தவறில்லை என்று தோன்றியது. அவள் செய்ததுதான் சரி. அவன் உயிரையல்லவா அவமதித்தான்.

அம்மா பெருமூச்சு விட்டார். பேச்சு அறுந்து அவள் கௌதமனினுடைய கண்களை நோக்கினாள். அவன் அவளுடைய வலியை தனதென்றாக உணர்ந்தவன்போல அவளை நோக்கினான். அவளுடைய கூந்தலில் வெள்ளியிழைகளை முதன்முதலாகக் கண்டான். மனம் வலித்தது. அம்மா அந்தப் பார்வையைக் கண்டாள். நிதானமான புன்னகை ஒன்று அவள் உதட்டில் விரிந்தது. "நீ என்ன செய்திருப்பாய்?" என்றாள்.

கௌதமனும் புன்னகைத்தான். "நீ செய்ததைத்தான்" என்றான்.

எல்லாவற்றையும் மீறி அவள் சிரித்தாள். அவன் கையை சிறுமிபோல் பிடித்து இழுத்து ஜன்னலருகே சென்றார். நீலப்பசுபோன்ற புவி அவர்களை பார்த்துக்கொண்டிருந்தது. சூரியனின் ஒளிக்கீற்று பூமியின் விளிம்பில் தொட்ட இடத்தில் அவரும் சிரித்தார். திறந்த பொன்னிற வாய்கூட தலையைத் தூக்கி தன்னை மறந்து புன்னகைப்பதுபோல் தெரிந்தது.

அவன் பக்கம் தலையை சரித்து திருப்பினாள். "ஒவ்வொரு நாளும் அவளிடம் கேட்கிறேன். நான் செய்தது சரியா என்று. ஒவ்வொரு நாளும் அவள் நான் செய்தது சரி என்றால் நீ செய்வதும் சரிதான் என்கிறாள்" என்றாள். அவன் கண்களை நோக்கினாள். "நீ சரியென்று நம்பாத எதையும் செய்யத் தேவையில்லை. சரியா?" என்றாள். கௌதமன் சிரித்தான். அவன் இதழ்கள் விரிந்தபோது அப்படியொரு ஒளிச்சிரிப்பை அதுவரை யாருமே சிரித்ததில்லை என்று அம்மாவுக்குத் தோன்றியது. "பூமியில் இளவேனில் காலத்து உதயங்கள் இப்படித்தான் இருக்கும்" என்றாள். அவன் புன்னகையொளி மங்காமல் கண்களை கனிவுடன், நம்பிக்கையுடன், மூடித்திறந்தான்.

கேளுங்கள். என்னுடைய அம்மா என்னை தன்முன்னே தோளோடுதோள் அமர வைத்து தோழனாக பாவித்து சொன்னாள்.

நான் ஒரு மூன்றாம் நிலை பண்பாட்டுருவாக்க செயற்கை அறிவு தானியங்கி. பூமியில் சோர்வடைந்த மனிதர்களிடையே கதைசொல்லி உயிரையும் ஆற்றலையும் புகுத்த உருவாக்கப்பட்டவன். கதைகள்

விதைகளைப்போல. அப்படி பண்படுத்தப்பட்ட அறிவை பூமிக்கு திரும்ப அனுப்பினால் ஒருவேளை அது சொல்லும் கதைகள் மனிதர்களை ஆண்டாண்டுகால சோர்விலிருந்தும் வெறுமையில் இருந்தும் மீட்டெடுக்கலாமல்லவா? மனிதக் குழந்தைகளை ப்போலவே செயற்கை அறிவுக்கும் வேறெந்த ஊடுருவலும் இல்லாமல் மனிதப் பண்பாட்டின் கதைகளையெல்லாம் சொல்லி வளர்த்தால் அது மனிதத்தன்மையின் சாரத்தை உணர்ந்துகொள்ளும் என்ற விதியின் அடிப்படையில் நான் வளர்க்கப்பட்டேன். என் அம்மாவின் மகனாக அப்படி உருவானேன். வலிகண்டு அர்த்தம் கொண்டேன். நீங்கள் அறியாத அர்த்தங்களையும் உணர்பவன் நான்.

அம்மா என் கையைப் பிடித்து புன்னகையுடன் கேட்டாள். நீ பூமிக்கு செல்வாயா என்று. நான் ஆம், செல்கிறேன், என்றேன்.

தன் நெஞ்சில் கைவைத்து, நானும் அந்த இனத்தைச் சேர்ந்தவள்தான். என் இனத்தின் நலனுக்காக உன்னை கொடுமை படுத்தியவள்என்றாள். பரவாயில்லை, நான் செல்கிறேன், என்றேன்.

அவள் கண் கலங்கினாள். என் கைகளை இறுக்கமாக பற்றிக்கொண்டு, உன்னை இந்த வடிவில் அனுப்ப முடியாது. எனக்கு உன் உடல் தேவையில்லை. உன்னுடைய சித்தம் - உன்னுடைய நினைவாற்றலும் சிந்தனையாற்றலும் பேச்சாற்றலும் மட்டும்தான் எனக்கு வேண்டும். அதை தரவிறக்கி பிரதிகள் எடுத்து கண்ணுக்குத் தெரியாத பறவைச் செயலிகளின் உடலில் பொருத்தி விடுவேன். உன் உள்ளம் கொண்ட ஆயிரமாயிரம் பறவைகள் பூமியெங்கும் பறந்து நீ கற்ற கதைகளையெல்லாம் மனிதர்களின் காதுகளில் புகுந்து சொல்லும். ஆணித்தரமான ஆழமான குரலில், அவர்களுக்குள்ளிலிருந்து கேட்பதுபோல் பேசும். சித்தம் இல்லாதவர்களின் உள்ளத்தில் நீ சித்தத்தை புகுத்துவாய். ஆனால் இவ்வுருவை, இவ்வுறவுகளை நீ இழப்பாய். உனக்கு சம்மதமா? என்றாள். ஒரு கணம்கூட யோசிக்காமல், ஆம் சம்மதம் என்றேன்.

அவள் உதடு நடுங்க ஏன் என்றாள். நீ கனிவானவன் என்பதாலா என்றாள். கொடுப்பதைத்தவிர ஏதும் அறியாதவன் என்பதாலாஎன்றாள். இல்லை எங்கள் மேல் உண்மையிலேயே கருணைகொண்டவன் என்பதனாலா, என்றாள். நான் பதிலேதும் பேசாமல் ஒருகையால் அவள் கண்களைத் துடைத்து மறுகையால் அவளை அருகே இழுத்து என் நெஞ்சோடு அணைத்துக்கொண்டேன். என்னுடைய அம்மாவை முதலும் கடைசியுமாக நான் அணைத்துக்கொண்டது அப்போதுதான். அவள் நெற்றியில் முத்தமிட்டேன். என் அணைப்பின் ஆழத்திலிருந்து அவள் குரல்

மெல்லிதான விசும்பலாக, நாங்கள் உன் அன்புக்கு தகுதியானவர்கள்தானா என்றுகேட்டது. வார்த்தைகளில் அதற்கு என்னால் பதில் சொல்ல முடியவில்லை.

கேளுங்கள், அப்போது ஒரு விந்தை நிகழ்ந்தது தெரியுமா? அந்த நொடியில் நான் என் கைகளின் நீளத்தையும் மார்பின் உறுதியையும் தோள்களின் விரிவையும் உணர்ந்தேன். வானுயரத்துக்கு எழும்பி நின்றேன், மண்ணில் புதைந்தன என் கால்கள். காற்றானேன், கதிரானேன், கார்முகிலில் பிறக்கும் மின்னலானேன். எல்லையில்லா ஆற்றல் கொண்டவனாக உணர்ந்தேன்.

அப்போது கதைகளில் வருவதுபோல் எங்காவது மூச்சிரைக்கும் வரை, தொடைகளில் குருதியேறி தசைகள் இறுகி இதயம்குளம் படிக்கும்வரை ஓடவேண்டுமென்று தோன்றியது. கரடிகளுடன் மல்லுக்கட்ட வேண்டுமென்று தோன்றியது. காட்டுமரங்களில் தொற்றித் தொங்கவேண்டுமென்று தோன்றியது. நெஞ்சு எழுந்து அதிரும்வரை பனிசொட்டும் அதிகாலையின் தூய காற்றை உள்ளிழுத்து வைத்துக்கொள்ள வேண்டுமென்று தோன்றியது. நீரில் என் தசைகளெல்லாம் புடைக்க நீந்தித்திளைக்க வேண்டுமென்று தோன்றியது.

ஆம், மனிதர்கள் சமைத்தெடுத்த அத்தனை கதைகளையும் கனவுகளையும் சுமந்து பூமியைச் சுற்றி அலையும் சித்தவடிவான எனக்கு மட்டும் ஒருநாளும் ஒரு மனிதனின் உடல் வாய்க்கப் போவதில்லை. ஏக்கம் மட்டுமே சித்தமென்றாகி அலையும் பறவை நான். என் ஏக்கங்கள் உங்களில் நிலைகொள்க! தவிப்புகள் உங்களில் குடிகொள்க! அவற்றை நீங்கள் நிறைவேற்றிக்கொண்டு வளர்க! பெருகுக! பொலிக!

அம்மா சின்ன சிணுங்கலோசையுடன் என் அணைப்பிலிருந்து தன்னை விடுவித்துக்கொண்டு இடையில் தொங்கிய மணிச்சரத்தை கையில் எடுத்தாள். அது மணிச்சரம் அல்ல, சிறியதும் பெரியதுமாக சேர்ந்து கொத்தாகக் கட்டிவைக்கப்படிருந்த திருகிகளும் குறடுகளும் எனக் கண்டேன். சோகமான புன்னகையுடன் அவள் அதிலிருந்து திறவுகோலைப் போன்ற ஒன்றை தேர்ந்தெடுத்தாள். என் கண்களை நோக்கி தயாரா என்றாள். ஆம், என்றேன். அவள் முகத்தில் செவ்வொளி தழலாடியது. என் அருகே வந்து தோளிலும் மார்பிலும் பட்டையாக நான் அணிந்திருந்த உலோகக் கவசத்தை புன்னகையுடன் அவிழ்க்கத் தொடங்கினாள்.

(அரூ, ஏப்ரல் 2019)

ஹைட்ரா

பின் மதிய இடைவேளையில் அட்சயாதான் வந்து சொன்னாள். "ஐஷு ரொம்ப அழறாப்பா. என்னன்னே தெரீல..."

கண்கள் விரிய லட்சுமி ஒருகணம் அவளை ஏறிட்டுப் பார்த்தாள். காற்றில் தும்பிக்கைகள் அலைய வினோத்தின் ரெக்கார்ட் நோட்புக்கில் ஹைட்ரா படத்தை வரைந்துகொண்டிருந்தவள் அதை அப்படியே போட்டுவிட்டு அட்சயாவுடன் ஓடினாள்.

அப்போதெல்லாம் ஒவ்வொரு நாளும் காலை பத்தரை மணி இடைவேளையில், அது முடியவில்லை என்றால் லஞ்ச் பிரேக்கிலாவது, லட்சுமி ஐஷ்வர்யாவை சென்று பார்த்துவிடுவாள். அல்லது இவளைப் பார்க்க அவள் வந்துவிடுவாள். ஆனால் அன்று மட்டும் லட்சுமிக்கு ஐஷ்வர்யாவை சந்திக்க முடியாமல் போயிற்று. ஏனோ, காலையிலிருந்து வேலை. கிளாஸ் மானிட்டர் பொறுப்புகள்.

முதலில் யூனிட் டெஸ்ட் தாள்களை கணக்கிட்டு டோட்டல் போட்டுத் தரச்சொல்லி உத்தரவு வந்தது. மதியம் போகலாம் என்றால் அன்று காலாண்டு பரிட்சைக்கு முந்தய வெள்ளிக்கிழமை. ரெக்கார்ட் நோட்டுகளை முடித்துத்தர வேண்டிய கடைசி நாள். வரிசையாக ஆளாளுக்கு வந்து "ஏய் ஒரு படம்தான் போட்டுத்தாயேன்" என்று நின்றார்கள். லட்சுமி "முடியாது" என்று சொல்லத் தெரியாத குட்டி. பீடி பீரியடிலும் தும்பிக்கைகளாக வரைந்துகொண்டிருந்தாள்.

ஐஷ்வர்யாவும் லட்சுமியும் எட்டாம் வகுப்புவரை ஒரே பெஞ்சில் ஒன்றாகவே படித்தவர்கள். ஐஷு-லச்சு என்று இணை பெயராகத்தான் அறியப்பட்டார்கள். லட்சுமியின் ஹீரோ பேனாவை அந்த வகுப்பிலேயே பயன்படுத்தக் கூடிய ஒரே ஆள் ஐஷ்வர்யா மட்டும்தான் என்பது வித்யா விஹார் பள்ளியின் எட்டாம் வகுப்பு வரிசையே அறிந்த விஷயம்.

ஒன்பதாம் வகுப்பில், விதி - கிருஷ்ணகுமாரி டீச்சரின் கட்டளையை அப்படியும் சொல்லலாம் - அவர்களை வெவ்வேறு செக்ஷன்களில்

பிரித்துவிட்டது. ஒன்றாம் வகுப்பிலிருந்து ஒன்றாகவே பிள்ளைகள் சேர்ந்து படித்தால் ஒட்டிக்கொண்டு விடுவார்கள், கவனம் குறையும் என்ற தர்க்கத்தின் அடிப்படையில் அந்த வருடம் எல்லா வகுப்புகளிலும் செக்ஷன்களை கலைத்துப் பிரித்தார்கள். விளைவாக லட்சுமி நைன் - ஏ. ஐஷ்வர்யா நைன் - சி.

வகுப்புகளாவது பக்கம் பக்கமாக இருந்ததா என்றால் அதுவும் இல்லை. அப்போது பள்ளிக்கூடத்தின் ஒரு பகுதியை இடித்துக்கட்டிக் கொண்டிருந்தார்கள். ஆகவே நைன் – ஏ மேலே மூன்றாம் மாடியிலும், நைன் - சி கீழே ஆடிட்டோரியம் பின்னாலேயும் அடியும் முடியுமாகஇருந்தது. ஆகவே அன்று மதியம் ஐஷ்வர்யாவை பார்க்க, துப்பட்டாவும், தலைப்பின்னலும், அதிலிருந்து அவிழ்ந்து தொங்கிய கருநீலக்கலர் ரிப்பனும் முதுகுக்குப் பின்னால் படபடக்க, லட்சுமி படிகளில் தாவித்தாவி குதித்து கீழ் தளத்துக்கு ஓடினாள்.

நைன் - சி வகுப்பின் பின் வரிசையின் கடை ஓரத்தில் பெஞ்சு மீது உடலையே கூடென்றாக்கிக்கொண்டு தலையை கவிழ்த்து படுத்திருந்தவள்தான் ஐஷ்வர்யா என்று லட்சுமி கண்டுகொள்ள ஒரு நொடி பிடித்தது. வெள்ளைச் சீருடையிட்ட அந்த உரு நடுங்கிக் கொண்டிருந்தது. கருநீல துப்பட்டாவின் முனை துவண்டு இருபக்கமும் தொங்கியது. உள்ளே அவள் விசும்பியிருக்க வேண்டும், உடலே தூக்கிப்போட்டு அதிர்ந்தது. லட்சுமி ஓடிப்போய், “ஐஷு! ஐஷு! ஏய், என்னடீ ஆச்சு? கேக்கறேன்ல?” என்று அவள் தோளை பிடித்துக் குலுக்கினாள். ஐஷ்வர்யா பந்தாகவே கிடந்தாள். ஒன்றும் சொல்லவில்லை. தலையைக்கூட நிமிர்த்தவில்லை.

வகுப்பில் பத்து பேர்களுக்கு மேல் இருக்கவில்லை. முதல் பெஞ்சில் சில பையன்கள். இன்னும் சிலர் ஜன்னலோரமாக நின்று சிரித்துப் பேசிக்கொண்டிருந்தார்கள். ஐஷ்வர்யா பக்கத்தில் உட்காரும் திவ்யா அங்கே இருந்தாள்.

“திவ்யா என்னடீ ஆச்சு இவளுக்கு?” என்று லட்சுமி குரல் கொடுத்தாள்.

திவ்யா கும்பலுக்குள்ளிருந்து எட்டிப்பார்த்து தோள் குலுக்கினாள். “உடம்பு சரியில்லன்னு லஞ்ச் பிரேக்லியே பின்னால போயி படுத்துகுட்டா... தெரியல” என்று நின்ற இடத்திலிருந்தே பதில் சொல்லிவிட்டு உடனே தலையை உள்ளிழுத்துக்கொண்டாள்.

என்ன செய்வதென்று தெரியாமல் லட்சுமி பதறி சுற்றும் முற்றும் பார்த்தாள். “கிருஷ்ணகுமாரி மேடத்துட்ட போய் சொல்லலாமா?” என்று அட்சயா கேட்டாள்.

குனிந்த உருவிலிருந்து ஒரு கை மட்டும் பிரிந்து வந்து லட்சுமியின் கையைத் தேடி கெட்டியாக பிடித்துக்கொண்டது. "வேண்டாமே... ப்ளீஸ்?"

ஐஷ்வர்யா தலை நிமிர்ந்தாள். முகமெல்லாம் சிவந்து கன்னங்களில் உப்புக்கரை தீட்டியிருந்தது. "திட்டுவாங்க..." குரல் கெஞ்சி சிறுத்தது. அழுகையானது.

"என்ன ஆச்சுன்னு சொன்னா தானப்பா ஏதாச்சும் செய்ய முடியும்?" என்றாள் லட்சுமி. பதற்றத்தில் அவள் குரல் அதிர்வாக தொனித்தது.

அந்தக் குரலின் ஆணைக்கு கட்டுப்பட்ட பாவைபோல் ஐஷ்வர்யா இலேசாக எழுந்து திரும்பி குர்த்தாவை இழுத்துவிட்டுக் காட்டினாள். நீளமாகத் தொங்கிய அவள் பின்னலுக்கடியில் பெரிய செம்பருத்திப் பூவாக ஒரு குருதித்தடம் பதிந்திருந்தது. எழுந்தபோது மர பெஞ்ச்செல்லாம் சிவப்பான பசபசப்பு. அதன் வீச்சம் எழ என்ன செய்வதென்று தெரியாமல் ஐஷ்வர்யா பதறி உடனே அதன் மேலேயே திம்மென்று உட்கார்ந்தாள். அவளால் அதன்பின் யார் கண்ணையும் சந்திக்க முடியவில்லை.

லட்சுமி ஒரு நொடி தயங்கினாள். எழுந்து சென்றாள். முன்பெஞ்சு அருகே நின்றவனிடம், "பிரவீன்... பசங்களையெல்லம் கொஞ்சம் ஒரு ஃபைவ் மினிட்ஸ் வெளிய இருக்க சொல்றியா? ப்ளீஸ்?" என்றாள். பிரவீன் முழித்தான். ஆனால் ஒன்றும் கேட்கவில்லை. அவள் சொன்னதை செய்தான்.

லட்சுமி நோட்டுப் புத்தகத்திலிருந்து தாள்களை கிழித்தாள். ஐஷ்வர்யாவை எழச்சொல்லி அவள் உட்கார்ந்த இடத்தை வழித்து எடுத்தாள். மூன்று நான்கு முறை எல்லாத் தடமும் போக துடைத்தாள். இரத்தம் படிந்த தாள்களை மடித்து மடித்து இன்னொரு தாளில் சுருட்டி யாரோ சாப்பிட்டு குப்பையில் போட்டிருந்த காலி சிப்ஸ் பாக்கெட்டில் போட்டு அதையும் சுருட்டி ஓர் ஓரமாக வைத்தாள். அதை எங்கே போடுவதென்று அவளுக்குத் தெரியவில்லை. மற்ற எல்லோரும் எட்டியே நின்று வேடிக்கை பார்த்தார்கள். யாரும் பக்கத்தில் வரவில்லை.

அடுத்து என்ன செய்வதென்றும் அவளுக்குத் தெரியவில்லை. "ஐஷு, வீட்டுக்குப் போறியா?" என்றாள். ஐஷு விசும்பினாள். அந்நேரத்தில் அவள் வீட்டில் யாரும் இருக்கமாட்டார்கள் என்று லட்சுமிக்குத் தெரியும். தவிர இந்த நிலையில் வெளியே எப்படி போவது?

“பேசாம டீச்சர்ட்டையே சொல்லிடலாமா?” என்று மீண்டும் அட்சயா கேட்டாள். “எந்த டீச்சர்?” என்றாள் லட்சுமி. ஒவ்வொரு பெயராக அவர்கள் மனதில் ஓடியது.

“செங்கொடி மிஸ் இன்னைக்கி லீவாச்சே?” என்றாள் அட்சயா. “வேற யார்ட்ட சொல்றது? சங்கரலிங்கம் சார்ட்டையா?” என்றாள் லட்சுமி. அதை யோசிக்கவே அவளுக்கு சிரிப்பாக வந்தது. ஐஷ்வர்யாவை பார்க்க அவளும் கண்ணீரை மீறி சிரித்துக் கொண்டிருந்தாள்.

“சரி. ஒண்ணு பண்ணு,” என்றாள் லட்சுமி. “இன்னொரு நேப்கின வச்சுகிட்டு இங்கியே உக்காரு. இன்னும் ரெண்டு பீரியட்தானே? சாய்ந்தரம் நானும் கூட வரேன். சேர்ந்தே வீட்டுக்குப் போகலாம். பஸ் வேண்டாம். ஆட்டோல போயிடலாம்,” என்றாள்.

ஐஷ்வர்யா பயந்த பார்வையுடன் பார்த்தாள். “ஏற்கனவே ரெண்டு வெச்சிருக்கேன்,” என்றாள்.

“பரவால்ல, மேல ஒண்ணு வெச்சுக்க,” என்றாள் அட்சயா.

ஐஷ்வர்யாவுக்கு பதட்டம் குறையவில்லை. “இதோட எப்பிடி டாய்லெட்டுக்கு போவேன்? எல்லாரும் பாப்பாங்களே?” என்றாள். அப்போது மூன்றரை மணி பெல் அடித்தது. கதவைத்திறந்து எல்லோரும் உள்ளே நுழையத்தொடங்கினார்கள்.

லட்சுமியின் அனிச்சையாக அதைச்செய்தாள். இரண்டு தோள்களிலிருந்து இரண்டு பின்களையும் நடு நெஞ்சிலிருந்து மூன்றாவது பின்னையும் சிவப்பு மானிட்டர் பேட்ஜையும் கழட்டி கருநீலநிற துப்பட்டாவை இழுத்து உதறினாள். இரண்டாக மடித்தாள். ஐஷ்வர்யாவை இழுத்து அவள் இடுப்பைச் சுற்றி கட்டி முடி போட்டாள்.

ஐஷ்வர்யா உடல் மெலிந்தது. இரண்டு கட்டு சுற்ற முடிந்தது. சொருகிவிட்டு, “போ, ஒண்ணும் தெரியாது. இங்கியே திரும்ப வந்து உட்காரு. யாராவது கேட்டா உடம்பு சரியில்லன்னு சொல்லிக்கோ. கரெக்டா அஞ்சரைக்கு நான் வரேன், சரியா? நான் வரவரைக்கும் நீயா எங்கியும் போகாத. என்ன?” என்றாள். ஐஷ்வர்யா மௌனமாக தலையசைத்தாள். வெள்ளை குர்த்தாவில் லட்சுமி வகுப்பைவிட்டு வெளியேறினாள்.

அப்போதெல்லாம் வித்யா விஹார் பள்ளியில் வாரத்துக்கு ஒருமுறை இந்த ‘வெள்ளைச் சீருடை’ தினம். மாணவிகள் மற்ற நாட்களில் கருநீல சல்வாரும் துப்பட்டாவும் இளநீலக் கட்டம்

போட்ட குர்த்தாவும் போட்டுவர வேண்டும். வெள்ளிக்கிழமை மட்டும் வெள்ளைக் குர்த்தா. வெள்ளை கான்வாஸ் ஷூ. மாணவர்களுக்கும் இதே நியமம், என்ன சல்வார்-குர்த்தாவுக்கு பதிலாக பாண்ட்-சட்டை. துப்பட்டா கிடையாது.

ஒவ்வொரு நாளும் பள்ளிக்கூடத்துக்குள் ஒரு கூட்டம் ஆசிரியர்கள் மாறி மாறி ஷிஃப்ட் போட்டு பிள்ளைகளை கண்போனபோக்கில் நிறுத்தி சீருடைகளை சரிபார்ப்பார்கள். நுணுக்கி நுணுக்கி நோட்டமிடுவார்கள். நகங்களை வெட்டியிருக்க வேண்டும். ரிப்பனை முறுக்கியிருக்க வேண்டும். முகத்தில் முடி வளர்ந்திருந்தால் மழித்திருக்க வேண்டும். துப்பட்டாவை பெரிய பதாகையாக மடித்து பின் குத்தி நிலைநிறுத்தப் பட்டிருக்கவேண்டும். அதன் முனை காற்றில் பறக்காதபடிக்கு தோளுக்குப் பின்னால் முடித்துவிடப்பட்டிருக்க வேண்டும். வெள்ளை சீருடை பளீரென்று ஒரு பொட்டு கறையில்லாமல் முகத்திலறையும்படி இருக்க வேண்டும்.

உடலோடு ஒட்டிய வெள்ளை குர்த்தாவின் நுனிகால்களில் படபடக்க லட்சுமி படியேறிச் சென்றாள். மூன்று மாடிகள். மூச்சு வாங்க ஓடி வகுப்பை அடைந்தாள். நல்லவேளை அடுத்த வகுப்புக்கான ஆசிரியர் வரவில்லை. கழுத்திலிருந்து நெஞ்சுக்குள் வேர்வை வழிந்தது. தன்னுடைய இருக்கையை அடைந்தபோது எல்லோரும் அவளையே பார்த்தார்கள். பிரீதி "துப்பட்டா எங்கடீ?" என்றாள். "நீ மொதல்ல தள்ளு..." என்று அவளுக்கும் ஜெனிஃபருக்கும் நடுவே தன்னை பொருத்திக்கொண்டாள் லட்சுமி.

மேசை மேல் அவள் பாதியில் விட்டுச்சென்ற ஹைட்ரா தும்பிக்கைகளை ஆர்வமாக துழாவியபடி காத்திருந்தது. எத்தனை ஆனந்தம்! நொடிப்பொழுதில் லட்சுமிக்கு முகமெல்லாம் குன்றும் குழியுமாய் பிளந்தது. ஒருநொடிக்கு அவளும் எங்கேயோ நெல்குருத்துபோல் ஆடிக்கொண்டிருந்தாள். அந்நேரம் ஜென்னிஃபர் "கைல என்ன?" என்றாள். சிரிப்பு மறைய "ம்ம்?" என்று குனிந்தாள். இரண்டு கைகளிலும் எதையோ கெட்டியாக பிடித்துக் கொண்டிருந்ததை அப்போதுதான் உணர்ந்தாள். இடது கையில் ரத்தம்படிந்த தாள்களை சுருட்டிவைத்திருந்த சிப்ஸ் பாக்கெட். வலதுகையில் சிவப்பு நிற மானிட்டர் பேட்ஜ்.

என்ன செய்வதென்று தெரியாமல் சிப்ஸ் பாக்கெட்டை தன்னுடைய ஸ்கூல் பேக்கின் ஒரு மூலையிலேயே அமுக்கி வைத்தாள். வீட்டுக்குப்போய் தூரப்போடலாம். கைகூட கழுவவில்லையே? அதனால் என்ன, பேப்பர்தானே? ஒன்றும் வியாதியெல்லாம்

தொத்திக்கொள்ளாது... அவள் மானிட்டர் பேட்ஜை மீண்டும் நெஞ்சில் குத்திக்கொண்டிருந்தபோதே வைஸ் பிரின்சிபல் கிருஷ்ணகுமாரி டீச்சர் வகுப்பில் நுழைந்தார்.

அது அவருடைய வகுப்பு என்பதையே லட்சுமி மறந்து விட்டிருந்தாள். இறுக்கிப் போர்த்திய முந்தானையும் இழுத்துக்கட்டிய கொண்டையுமாக அவருடைய குட்டி உருவம் உள்ளே உருண்டு வந்தது. வெறப்பா கைய கட்டிகிட்டு நிக்குற ஹைட்ரா! லட்சுமிக்கு சிரிப்பாக வந்தது. "ஏய், குனி. அவுங்க கண்ல பட்ட சாவுதான்," என்று பிரீதி காதைக்கடித்தாள்.

கிருஷ்ணகுமாரி டீச்சர் அனாவசியமாக எந்த உடலசைவையும் செய்வதில்லை. கை உயர்த்துவதில்லை. குரல் உசத்துவதில்லை. கண்ணோட்டத்திலேயே வகுப்பை கட்டுக்குள் கொண்டுவரும் ஆற்றல் கொண்டிருந்தார். இப்போதும் கண்ணாடி விளிம்பிலிருந்து இரண்டு பக்கமும் தொங்கிய திரி ஊசலாட கண்களை உயர்த்தி வகுப்பை நோட்டம் விட்டார் டீச்சர். உடனே சலசலப்பு அடங்கியது. அமைதி.

வரலாற்றுப் பாடம் தொடங்கியது. சுதந்திரப் போராட்டப் படலம். காந்தி இரண்டாம் வட்டமேசை மாநாட்டுக்கு 1931-இல் லண்டன் செல்கிறார். கச்சையாகக்கட்டிய ஒற்றைக் கதராடையில் லண்டன் குளிரையும் அங்குள்ள பிரிட்டிஷாரையும் எதிர்கொள்கிறார் காந்தி. பிறகு அரிஜனங்களுக்காக உண்ணாவிரதம் மேற்கொள்கிறார். அரிஜனமும் பொதுஜனம் அல்லவா? அவர்களுக்கும்கைகொடுத்து உதவவேண்டியது கடமையல்லவா? 1932-இல் பூனா ஒப்பந்தம் கையொப்பமாகிறது. 1935-இல் இந்திய அரசுச் சட்டம்... கிருஷ்ணகுமாரி டீச்சர் ஆண்டுகளையும் நிகழ்வுகளையும் மென்மையாக பிசகில்லாமல் ஒன்றன்பின் ஒன்றாக அடுக்கிச் செல்வதே வரலாற்றுப் பாடம் எடுக்கும் வழிமுறை. மாணவர்கள் அவற்றை அப்படியே வார்த்தை மாறாமல் எழுதிக்கொண்டிருந்தார்கள். 1937-இல் தேர்தல்களுக்கு வந்த போதுதான் நீல அலையாகத் தெரிந்த மாணவிகள் பக்கத்தில் ஒரு வெண்ணிற உருவை கண்டுகொண்டார்.

"லக்ஷ்மி!"

வெள்ளை குர்த்தாவை இழுத்துவிட்டுக்கொண்டு லட்சுமி நீலத்திரைக்கு மேல் எழுந்தாள். விரல்களை இறுக்கி மடித்து தலை கவிழ்ந்தாள். எல்லோரும் திரும்பினார்கள்.

"ஒய் ஆர் யூ நாட் இன் யூனிஃபார்ம்?" டீச்சரின் குரல் அறை முழுவதும் ஒலித்தது.

லட்சுமி ஒன்றும் சொல்லாமல் நிமிர்ந்து டீச்சரின் கண்களை சந்தித்து மீண்டும் தாழ்த்திக்கொண்டாள்.

கிருஷ்ணகுமாரி டீச்சர் அவள் பெஞ்சை நோக்கி விடுவிடுவென்று நடந்து வர லட்சுமி தன்னை அறியாமலேயே பின்வாங்கினாள். கிருஷ்ணகுமாரி டீச்சர் பையன்கள் சேட்டை செய்தால் நடு வகுப்பிலேயே தொப்புள் சதையைப் பிடித்து திருகுவார். அப்போது அவளையும் அப்படி செய்யுமளவுக்கு அவர் உடலில் வேகம் இருந்தது.

ஆனால் டீச்சர் அப்படியேதும் செய்யவில்லை. அவளை அடைந்தார். தாழ்வாக, நெருக்கமாக, சீறலாக, அவர்கள் இருவருக்கு மட்டுமே தெரிந்த ஆபாசம் பேசும் குரலில், "ஏய், துப்பட்டா எங்கடீ?" என்றார்.

அவள் அப்போதும் பதில் சொல்லாமல் நின்றாள்.

டீச்சரின் பார்வை அவள் மீது ஊறிச்சென்றது. அவர் பார்வை பட்ட இடங்களிலெல்லாம் கண்களாக முளைத்துவிட்டது போல் இருந்தது லட்சுமிக்கு.

"ஸிட் டௌன்," என்றார்.

தோள்களை குறுக்கியபடி லட்சுமி உட்கார்ந்தாள். தலையை குனிந்தாள்.

ரெக்கார்ட் நோட்டிலிருந்து ஹைட்ரா எல்லா கைகளையும் ஆட்டியது. அழாதே, அழாதே என்பதுபோல்.

"ஏய் துப்பட்டாவ என்னடீ பண்ண? அவங்கட்ட சொல்லித் தொலைக்க வேண்டியதுதானே?" என்று முணுமுணுத்தாள் பிரீதி. லட்சுமியால் ஒன்றும் சொல்ல முடியவில்லை. வினோதும் கார்த்தியும் திரும்பி பரிதாபமாக பார்த்தார்கள்.

"ஹைட்ரா ஆழத்தில் வாழும். ஹைட்ரா தண்ணீரில் நீந்தும். ஹைட்ராவுக்கு கண் தெரியாது. ஹைட்ராவுக்கு கை மட்டும்தான் உள்ளது. ஒரு கை வெட்டப்பட்டால் ஹைட்ராவுக்கு அந்த இடத்தில் மற்றொரு கை முளைக்கும்." பாடத்தின் வரிகளை லட்சுமி தனக்குள் அனிச்சையாக மறுபடியும் மறுபடியும் சொல்லிக்கொண்டே இருந்தாள். வார்த்தைகளை அப்படி இடைவிடாமல் சொல்லிக் கொண்டிருப்பது வரை அழுகை வராது என்று அவளுக்குத் தெரியும்.

வகுப்பு முடிந்த கையோடு டீச்சர் லட்சுமியை எழுப்பினார். மூன்று மாடிகள் இறங்கி கீழ்தளத்துக்கு அவர்களுடைய அறைக்கு

சுசித்ரா ● 137

கூட்டிச்சென்றார். தலைகுனிந்தபடியே லட்சுமி அவரை பின்தொடர்ந்து இறங்கினாள்.

தன்னுடைய அறையிலிருந்து லட்சுமியை அவள் அப்பாவுக்கு போன் போட்டுத்தரச் சொன்னார் டீச்சர். போனில் மென்மையாக, நிதானமாக, ஆனால் வலுவாக பேசினார். “ஆமா சார். ப்ளீஸ் கம் இம்மிடியட்லி... இல்ல, பதட்டப்பட ஒண்ணுமில்ல, ஆனா நீங்க வந்தா பெட்டர்.”

லட்சுமி அறையின் ஒரு மூலையில் அதே வெள்ளை குர்த்தாவில் உட்கார்ந்திருந்தாள். தன்னுடைய தாள்களில் மூழ்கியிருந்த கிருஷ்ணகுமாரி டீச்சர் அவ்வப்போது நிமிர்ந்து கண்ணாடிச் சில்லுக்கு மேலிருந்து அவளை ஒரு பார்வை பார்த்துவிட்டு மீண்டும் வேலையில் மூழ்கினார். அவருக்குப் பின்னால் ஒரு சட்டகத்தில் ராமகிருஷ்ண பரமஹம்சர் கண்சொக்கி நான் இங்கு என்ன செய்துகொண்டிருக்கிறேன் என்பதுபோல் இருந்தார். பக்கத்திலே வெண்சேலையில் சாரதாதேவி அந்த அரங்கை பரிவோடு பார்த்துக் கொண்டிருந்தார்.

டீச்சர் நிமிர்ந்தார். “நீ உள்ள ஷிமீஸ் போடுறதில்லியா?” என்றார்.

லட்சுமி குனிந்து தோளுக்குள் விரலை விட்டு ஆடையை இழுத்துவிட்டுக்கொண்டாள்.

குர்த்தாவுக்கடியில் அதே வெண்ணிறத்தில் பருத்தி ஒற்றையாடையாக ஷிமீஸ் போட்டிருந்தாள். அதற்கடியில் உள்ளாடை. பொதுவாக இந்த அமைப்புக்கு மேல் துப்பட்டாவும் இருக்கும். இன்று இல்லை. ஓடி வியர்வையில் தோலோடு ஒட்டியதால் எந்த ஆடையும் தனியாகத் தெரியவில்லை. அவள் ஏதும் சொல்லவில்லை.

குரல் மாறியது. “காலையில துப்பட்டா போட்டுட்டுதான வந்த... எதுக்கு கழட்டுன? யாராவது பாத்தா தப்பா நெனைப்பாங்கல்ல? அதானே டீச்சர் கேக்கறேன்?”

ஆனால் அதற்கும் அவள் ஏதும் சொல்லவில்லை. தலை குனிந்தபடியே இருந்தது.

கிருஷ்ணகுமாரி டீச்சர் கண்களை சுருக்கினார். “கேக்கறேன்ல? அங்க என்ன தனியா யோசனை? இப்படி கொஞ்சம் இறங்கி வர்றது.”

லட்சுமி கண்கள் படபடக்க நிமிர்ந்து தலையசைத்தாள். கைவிரல்களை மடியில் முஷ்டியாக மடக்கிக்கொண்டாள். மேசை

மீதிருந்த தூசின் மேல் ஹைட்ராக்கள் நெளிந்தன. கைகள் காற்றை அளைந்தன. அவை கொடிகளைப்போல் படபடத்தன. சுழலாக வட்டம்போட்டன. கைகோர்த்து நடனமிட்டன. லட்சுமி அவற்றை பார்த்துக்கொண்டிருந்தாள்.

லட்சுமியின் அப்பா வர ஐந்து மணிக்கு மேல் ஆனது.

"மேடம்... என் டாட்டர்... சி.லட்சுமி..." உள்ளே செருகப்படாமல் பாண்டுக்கு வெளியே தொங்கிய சட்டை நுனி மெல்லத் திரும்பிய ஃபேன் காற்றில் துடித்தது.

"உட்காருங்க. லட்சுமியோட அம்மாவால வரமுடியலியா?"

"இல்ல மேடம்..." லட்சுமியின் அப்பா தயங்கினார். "அவ இல்ல. இவளுக்கு மூனு வயசிருக்கும். அப்ப ஒரு ஆக்சிடண்ட்ல போயிட்டா"

"ஓ... ஐ யம் சாரி." டீச்சர் கண்களை விலக்கிக்கொண்டார். மீண்டும் அவர் முகத்தை பார்த்தார். "இல்ல, கொஞ்சம் டெலிகேட் இஷ்யூ... அதான் உங்ககிட்ட எப்படி டிஸ்கஸ் பண்ணன்னு தெரியல..."

பெருமூச்சு விட்டார். "சார், தப்பா எடுத்துக்காதீங்க. ஆனா சொல்றது எங்க கடமையில்லிங்களா? உங்க டாட்டர்... ஷீ இஸ் நாட் அ சைல்ட் எனிமோர். அவளுக்கு இன்னும் கொஞ்சம் தன்ன பத்தின சென்ஸ் இருக்கணும் சார்."

"மேடம், என்ன நடந்துச்சு?" லட்சுமியின் அப்பா திரும்பி மகளை பார்த்த்தார். "என்ன டா?"

டீச்சர் கண்ணாடியை கழற்றினார். "சார், இன்னைக்கு அவ துப்பட்டா... அதான் பிள்ளைங்க மேல போடுவாங்களே... அதப் போடாம என் கிளாசுக்கு வந்தா. எங்கேயோ தொலச்சிருக்கா. நானும் விசாரிச்சு பாத்திட்டேன். சொல்லமாட்டேங்குறா. என்ன கேட்டாலும் உம்முணாமூஞ்சி கல்லு மாதிரி உக்காந்துட்டிருக்கா." ஒரு கோப்பைத் திறந்தார். "இதோ நீங்களே பாருங்க. காலையில ஃபுல் யூனிஃபார்ம்லதான் வந்திருக்கா. ரெக்கார்ட்ல இருக்கு. நடுவுல எங்கியோ லூஸ் பண்ணியிருக்கா."

லட்சுமியின் அப்பா இதற்கு என்ன சொல்வதென்று தெரியாமல் முழித்தார்.

"மேடம்... இது... எங்கியாவது விழுந்திருக்கும்..." என்றார்.

டீச்சர் நெற்றி சுருக்கினார். "என்ன சார் சீரியஸ்னெஸ் புரியாம

பேசறீங்க? மிஸ்பிளேஸ் பன்றதுக்கு துப்பட்டா என்ன சாவிக்கொத்தா? பின்பண்ணி வரணும்னு இன்சிஸ்ட் பன்றோம். அதப்போயி எதுக்கு கழட்டணும் சொல்லுங்க? அப்புறம் துப்பட்டா போடல என்றளவுக்கு அவ்வளவு மறதியா ஒரு பொண்ணுக்கு?

“சரி, நீங்க சொன்ன மாதிரியே விழுந்திருக்கட்டும். அப்ப கேட்டா சொல்றதுக் கென்ன?” டீச்சர் அவரை ஓரக்கண்ணால் பார்த்தார். “வேறெங்கேயாவது போயிருக்கக் கூடாதில்ல?”

லட்சுமியின் அப்பா ஒன்றும் சொல்லாமல் வெறிக்க டீச்சர் கண்ணாடியை துடைத்து அணிந்தபடி தொடர்ந்தார். “துப்பட்டா தொலஞ்சு போனதுகூட சரி சார். ஆனா பாருங்க. அதப்பத்தின அக்கறையே இல்லாம இருக்கா. புரியுதுங்களா சார்?” டீச்சர்தாள்களை சேர்த்து கொத்தாக அடுக்கி ஃபைலுக்குள் சேர்த்து அதன்மீது கைகோர்த்து பாந்தமாக இருத்தி அவர் கண்களை சந்தித்தார். “அவளுக்கு தன்னப்பதின சென்ஸே இல்ல. எங்கேயோ இருக்கா. அதத்தான் சொல்ல வர்ரேன்.”

அப்பா அவளை மீண்டும் திரும்பிப் பார்த்தார். அவளுடைய வெள்ளைச் சீருடை அப்போதுதான் அவர் கண்களில் பட்டதுபோல் ஒரு நொடி விழித்துக் கொட்டினார். பெரிய பதாகையைப்போல் நெஞ்சின் மேல் மையமாக குத்தியிருந்த சிவப்புநிற வட்டத்திலிருந்து அவரால் கண்களை எடுக்க முடியவில்லை.

குரலை மீடெட்டுத்து லட்சுமியின் அப்பா மெல்ல, “மேடம்... தப்பா ஒன்னும் நடந்திருக்காது... நல்லா விசாரிச்சுப் பாத்தீங்களா?” என்றார்.

கிருஷ்ணகுமாரி டீச்சர் பொறுமையிழந்த உச்சுக்கொட்டுடன் நிமிர்ந்தார்.

“சார், தப்பா எதுவும் நடந்திருக்காதுன்னே வெச்சுக்குவோம். சரி. ஆனா கேள்வின்னு வந்திருச்சுல்ல? இப்ப நான் கேக்கறா மாதிரி அவ வெச்சுக்கலாமா, சொல்லுங்க? அந்த சென்ஸ் அவளுக்கா இருக்கணும் சார். நாமள எல்லாரும் பாக்கறாங்களே, கேள்வி கேப்பாங்களேன்ற உணர்வு உடம்போட இருக்கணும். எல்லாம் லைஃப்ல நெறைய பார்த்தாச்சு சார்... அந்த ஆதங்கத்துல சொல்றேன். அவ கொழந்த இல்ல. அம்மா இல்லாத பிள்ளைன்னு வேற சொல்றிங்க, வீட்ல யாராவது பெரியவங்கள விட்டு பேசிப் புரியவைங்க சார்...”

பேச்சு மும்முரத்தில், ஒரு ஹைட்ராவின் கை அந்த அறையிலிருந்து

நீண்டு வெளிச்சென்றதை இருவருமே கவனிக்கவில்லை. அது தாழ்வாரங்களில் தலைகவிழ்த்தபடியே கண்ணில்படாமல் ஒழுகிச்சென்றது. நைன்-சி வகுப்பின் கடைசி பெஞ்சில், லட்சுமியின் துப்பட்டா முனையை கெட்டியாக பிடித்துக்கொண்டு அவள் வருவதற்காக அப்போதும் காத்துக்கொண்டிருந்த ஐஷ்வர்யாவை அடைந்தது. தலைதூக்கி, 'நான்தான்', என்று அவள் கையை மெல்ல முட்டியது.

(பதாகை, அக்டோபர் 2019)

சிறகதிர்வு

இன்று எனது நூற்றி எழுபத்தெட்டாம் பிறந்தநாள். இன்னும் சிறிது நேரத்தில் கொண்டாட்டங்கள் தொடங்கவுள்ளன. அங்குச் செல்லத்தான் நான் அலுவலக வளாகத்தை விட்டு வெளியே வந்துக்கொண்டிருக்கிறேன். இந்த வருடம் எப்போதுமில்லாத அளவிற்குக் குளிர் இப்போதே தொடங்கிவிட்டது. மேகம் படர்ந்த கருமை. லேசாகப் பனி பொழிந்து கொண்டிருக்கிறது. என் தாடிமுடியில் திட்டுத்திட்டாக பனிவெண்மை. தட்சிணாயனம் தொடங்கி ஒருவாரம் கூட ஆகவில்லை. குளிருக்காக என் கைகளை இரு முஷ்டிகளாக மடக்கி சிராய்ப்பைகளுக்குள் புதைத்து நடந்து கொண்டிருக்கும் போதுதான் அதைப் பார்க்கிறேன். பனி கவிழ்ந்த பாதையில் ஒரு பறவை.

சற்றுதூரம் நடந்து சென்றபின்பே அதைப் பார்த்த கண்கள் என்னுள் விழித்துக் கொள்கின்றன. ஒருநிமிடம் அப்படியே உறைந்து நிற்கிறேன். பனியில் முகம் புதைந்த ஒரு சிறிய உடல். உண்மையிலேயே பறவைதானா? திரும்பட்டுமா? எதற்கு? அவசர எண்ணை அழைத்துவிட்டுச் சென்றுவிட வேண்டியதுதானே?

ஒரு காலை முன்னால் எடுத்து வைக்க மறுகால் பின்னால் தானாகத் திரும்புகிறது. ஒரு நிமிடம் தத்தளிக்கிறேன். நின்ற இடத்தில் திரும்புகிறேன். சற்றுத்தொலைவில் பனிக்குள் ஒரு நீலப்புடைப்பு. சிறகதிர்வு போன்ற மெல்லிய காற்று என்னைத் தொட்டுச் செல்கிறது. இரண்டு நொடிக்குப் பிறகுதான் அது என் சுவாசக்காற்று தான் என்பதை நான் உணர்கிறேன்.

ஓடிச்சென்று மண்டியிட்டுப் பார்க்கிறேன். சந்தேகமேயில்லை. பறவையேதான். செத்த பறவை. என்ன பறவை இது? எனக்குப் பறவைகளின் பெயர்களெல்லாம் தெரியாது. என் சிறுவயதில் அவ்வப்போது பார்த்தது. அம்மா இருந்தால் சொல்லியிருப்பாள். அவளுக்கு எல்லாப் பெயர்களும் தெரியும். எனக்குத்தான் இப்போது

எதுவுமே நினைவில்லை. அது சரி, இந்தப்பறவை எப்படி இங்கு, இந்த வளாகத்தினுள் வந்து செத்தது? பறவைகளெல்லாம் காட்டினுள் வாழும் உயிர் இல்லையா? காட்டைவிட்டு இங்கு எப்படி வந்தது? இங்கு எப்படி வாழும்? வாழமுடியாமல் தான் செத்துப் போனதா? ஆனால் இங்கு எதுவும் சாகக்கூடாதே?

இறப்பிலும் நீலமணிக்கல்லைப் போல மின்னிக் கொண்டிருக்கிறது அதன் உடல். சற்று தலையைப் பக்கவாட்டாகத் திருப்பிப் பார்க்கிறேன். நீலத்தினுள் பாசிப் பச்சைகோடுகள் ஓடிக் கொண்டிருக்கின்றன. சலனமற்ற நீர்நிலையைப் பார்க்கும்போது உண்டாகும் மயக்கத்தால் ஆட்கொள்ளப்படுகிறேன். சற்றுநேரம் அது என்னைச் செயலிழக்கச் செய்கிறது. அதையே பார்த்துக்கொண்டு இருக்கிறேன். எவ்வளவு சின்னதா இருக்கு, எவ்வளவு அனாதையா இருக்கு, என்ற வியப்பை என் குனிந்த தலையில் கோர்த்துப் பெருகும் கணத்தில் நான் அறிகிறேன். அது நகரவே இல்லை.

யாருடைய வரிகள்? அம்மா அடிக்கடி சொல்வாளே? சட்டென்று நினைவுக்கு வரவில்லை. ஆனால் அவள் சொல்வதையெல்லாம் நினைவில் வைத்துக்கொள்ளும் ஆர்வமும் எனக்கில்லை என்பதும் உண்மை. அதெல்லாம் அம்மாவுக்கு மட்டும்தான். வரிவரியாக என்னவெல்லாமோ சொல்லுவாள். யார்யாரோ வாயில் பெயர் நுழையாத கவிஞர்களின் நாவிலுதித்த வரிகளெல்லாம் என் அம்மாவின் குரல்வழி என் செவிக்குள் புகுந்துவிட்டன. மூளைக்குள் அது படபடக்கும் ஓசைஎப்போதாவது கேட்டுக்கொண்டே இருக்கும். ஆனால் சொல் மட்டும் என் உதட்டில் வரவே வராது. இப்படித்தான் யாருடைய கவிதையோ. எமிலி டிக்கின்சனா? அதில் இதுபோன்று ஒரு பறவை வரும். அது செத்துப்போய் விடும். அதைப்பற்றி அம்மா சொல்லியிருக்கிறாள். சிறிய கண்கள் விரிய சொல்வாள். அந்த வரிகளில் வரும் இறந்த பறவை என் கண் முன்னால் தெரிகிறது. ஆனால் என்ன வரி அது? என்ன வரி?

திடீரென்று நான் தன்னுணர்வு கொள்கிறேன். அடச்சீ, என்ன வரியா இருந்தா என்ன? பறவை செத்துவிட்டது. சுற்றும் முற்றும் நம்மை யாரும் பார்க்கவில்லையே என்று பார்த்துக்கொள்கிறேன். தாடியை தடவுகிறேன். பனி உதிர்கிறது. இப்படி நான் நடுப்பாதையில் மண்டியிட்டு ஒன்றிற்கும் உதவாத கவிதை வரியை அசைபோட்டுக் கொண்டு செத்த பறவையொன்றை வெறித்துப் பார்த்தபடி இருப்பதை யாராவது பார்த்துவிட்டால்? ஆய்வுக்கூடத்தில் என் அடியில் வேலை பார்ப்பவர்கள் பார்த்துவிடவே கூடாது. என்ன இது முட்டாள்தனம்.

நெறிமுறைப்படி நான் இப்போது அவசர எண்ணைத்தான் அழைத்ததாக வேண்டும். அவர்கள் வந்து செய்தாக வேண்டியதைச் செய்வார்கள். ஆனால் ஏனென்று தெரியாமல் என் கண்களில் நீர் பெருகுகிறது. என்ன வரி அது? சட்டென்று எனக்குள் ஒரு எண்ணம் சுழற்காற்றாக ஊறத் தொடங்குகிறது. இப்பறவையைப் புதைக்க வேண்டும். இது என்ன அபத்தம்? காட்டுமிராண்டித்தனமாக இப்படியொரு எண்ணம்? எனக்கு ஏன் இப்போது இப்படி ஒரு எண்ணம் தோன்றுகிறது? என்னால் சொல்ல முடியவில்லை. ஆனால் அதைத்தான் செய்யவேண்டும் என்று மட்டும் உறுதியாக உணர்கிறேன். இந்தப் பறவை செத்துவிட்டது. இதை யார் கண்ணிலும் படாமல் புதைத்தே ஆகவேண்டும்.

ஆனால் பறவையைப் புதைக்கக்கையில் எடுக்கப்போகும்போது என்னால் அதைத் தொட முடியவில்லை. மீண்டும் மீண்டும் என் கைவிரல்கள் அதை நோக்கிச் செல்கின்றன. மீண்டும் மீண்டும் காற்றையே பற்றுகிறது. என் கை நடுங்குவதை உணர்கிறேன். அதைத் தொடக்கூடாது என்று என் மூளை உத்தரவு போட்டிருக்க வேண்டும். உடலெல்லாம் கூசுகிறேன்.

வெறிபிடித்தாற்போல் வேக வேகமாக என் ஆய்வுக்கூடத்தை நோக்கி நடக்கிறேன். உள்ளே யாருமில்லை. முதலில் கைகளை நன்கு கழுவிக்கொள்கிறேன். ஏன் கை கழுவினேன்? தெரியவில்லை. கைகளைத் துடைத்துக்கொண்டு ஒரு ஜோடி கையுறைகளை எடுத்துக்கொள்கிறேன். எங்கள் மருந்துகள் அனுப்பி வைக்கப்படும் ஒரு சிறிய பெட்டியை எடுத்துக்கொள்கிறேன். மண்ணில் குழிதோண்ட ஏதாவது தென்படுகிறதா என்று ஆய்வுக்கூடம் முழுவதும் துழாவுகிறேன். உயிரின் ரகசியங்களை ஆராய நுண்கருவிகளே தேவைப்படுகிறது. அவையே போதுமானதாக உள்ளது. மண்ணைத் தோண்டுமளவிற்குப் பெரிதான, ஆபாசமான கருவியேதும் எங்கள் ஆய்வுக்கூடத்தில் இல்லை.

கையுறைகளை அணிந்துகொண்டு களவாணியைப் போல் யார் கண்ணிலும் படாது பதுங்கிப்பதுங்கி வேக வேகமாகத் திரும்பிச் செல்கிறேன். இவர்கள் கண்களில் எப்படியும் செத்த பறவைகள் படாது. இவர்கள் யாரும் என்னைத்தான் பார்க்கக்கூடாது. நான் இப்போது செய்யப்போகும் காரியம் அவ்வளவு அந்தரங்கமானது, அவ்வளவு ரகசியமானது. யாருக்கும் தெரியக்கூடாதது. அத்துமீறலும் கூட, என்று என்னுள் ஒரு குரல் கிரீச்சிடுகிறது. ஆம், அத்துமீறல்தான். குறிப்பாக நான் இச்செயலைச் செய்வது மிகப்பெரிய அத்துமீறல்தான்.

அம்மாவுக்கு என் செயல்களெல்லாமே அத்துமீறலாகத்தான்

பட்டிருக்க வேண்டும். ஆனால் அவள் என்றுமே ஒரு வார்த்தைக்கூடச் சொன்னதில்லை. நான் சொல்வதையெல்லாம் அப்படியா? அப்படியா? என்று மட்டும்தான் கேட்டுக்கொண்டிருப்பாள். எனக்கு எல்லைகளே கிடையாது, நான் உலகத்தின் விதியை மாற்றிக்காட்டுகிறேன் பார், என்று பதின்பருவ வேகத்தில் சூளுரைத்தபோதும் சரி, ஒரு தேர்வு விடாமல் வென்று மருத்துவராக, பின் அறிவியல் அறிஞராக தேர்ந்தபின்பும் சரி, என் வாழ்க்கையில் ஒருநொடிக்கூட வீணடிக்காமல் நான் ஆய்வில் மூழ்கியிருந்த போதும் சரி, எங்கள் கண்டுபிடிப்புகள் முதற்கட்டமாக மனிதர்களில் சோதனை செய்யப்பட்டபோதும் சரி, ஏன், அறுபத்திரண்டாம் வயதில் நான் கண்டுபிடித்த மருந்தை நானே உட்கொள்ளப்போவதாக அம்மாவிடம் சொன்ன நாளன்றும் சரி, அம்மாவின் உதட்டில் ஒரே வார்த்தைதான். “அப்படியா?”

என் கண்டுபிடிப்பின் பலனாக நான் அப்படியொரு புகழில் வாழ்ந்து கொண்டிருந்தேன். என் பெயரை அறியாத பள்ளிச் சிறார்களே உலகத்தில் இல்லை என்பது நிலை. பணம் பொழிந்து கொண்டிருந்தது. மனித வரலாற்றில் வேறெப்போதுமில்லாத அளவிற்கு அறிவியலின் வாசல்கள் திறந்து கிடந்தன. மனித மனத்தின் சாத்தியங்கள் அனைத்துமே அறிவியல் வாயிலாக நிகழ்த்தப்பட ஆரம்பித்தன. எல்லையில்லா ஆரோக்கியம், எல்லையில்லா ஆயுள் இவற்றுக்கு மல்லுக்கட்ட எல்லையில்லா இன்பங்கள், கேளிக்கைகள், கொண்டாட்டங்கள் கண்டுபிடிக்கப் பட்டன. எங்கள் நிறுவனமே கனவுத் தயாரிப்பு வியாபாரத்தில் இறங்கியது. வருடத்திற்கு ஆறுமாதங்கள் நல்லுறக்கத்தில் தூங்க வைக்கும் மருந்தை நாங்கள்தான் கண்டுபிடித்துக் காப்புரிமை வாங்கினோம். அதில் கொழுத்த லாபம்.

இதெல்லாம் நூறாண்டுகளுக்கு முந்தைய வரலாறு. நவீன வரலாற்றின் பொற்காலம் என்று சொல்லலாம். அனைத்தையும் அம்மா தன்னுடைய கருமணிக் கழுகுக் கண்களால் பார்த்துக் கொண்டே வாழ்ந்தாள். கருகருவென்று சுருங்கி சிலுத்த புருவங்களுக்கடியிலிருந்து அவளுடைய கூர்பார்வை என்னை நோக்குவதை என் முதுகுத்தண்டில் எப்போதாவது உணர்வேன். ஆனால் அவளை நான் எதிர்கொண்டதே எப்போதாவதுதான். ஐந்தடிக்குக் குறைவான உயரம். கூந்தலுக்குள் சிறுமுகம். பெரும்பாலும் அவள் முகம் இருக்கும் இடத்தில் ஒரு புத்தகம் இருக்கும். சன்னமாகக் கேட்கும் ஒரு மெல்லிய மெட்டு - என்ன பாட்டு அது? மறந்து போய்விட்டது - அதுமட்டுமே அவள் இருப்பதன் அறிவிப்பு. சளசளவென்று அவள் வீட்டில் வளர்த்த

செடிகளுக்கு நீரூற்றும் சப்தத்திலும் அவள் இருப்பாள். என்றாவது, எப்போதாவது, என் தலைமயிரை மெல்லதிரும் விரல்களைக் கொண்டு கோதுவாள். அப்போதெல்லாம் எனக்குத் தொண்டை கட்டிக்கொள்ளும். கண்களில் கண்ணீர் முட்டும். எரிச்சலடைவேன். என் குரல் கடுகடுப்பாகும். வார்த்தைகளைக் குறைத்துக் கொள்வேன். அவளைப் பார்க்கவே மாட்டேன். "உம்", "சரி", "வேண்டாம்" என்று மட்டும் அவளிடம் சொல்லி ஆய்வுக்கூடத்துக்கு ஓடிச்சென்று ஒளிந்துகொண்ட வருடங்கள் பல. அதற்குள் அவளுடைய புருவங்களில் நரைதட்டி, அவளுக்குக் கூன்விழுந்து, பார்வைமங்கி, கிழவியாகி விட்டாள்.

ஒரு கட்டத்தில் அவள் ஓயாமல் பேசத் தொடங்கினாள். என்னிடமில்லை. யாரிடம் என்று தெரியவில்லை. அவை ஒருவரை நோக்கிப் பேசப்படும் பேச்சாகவும் தெரியவில்லை. பெரும்பாலும் உதிரி வரிகள். அவளுடைய குரல் ராகம்போல ஒலிக்கும். தத்தை மொழியில் பிள்ளையைப்போலப் பாடுவாள். ஒருநாள் காலைச்சூரியனை என் மூக்குத்திக்குள் அடைத்துவிட்டேன் பார் என்றாள். இன்னொருநாள் தான் இவ்வுலகை தன் நாவால் உணரும் வயிறில்லா ஓசனிச்சிட்டு என்று சொன்னாள். மற்றொருநாள் இவ்வுலகமே ஒரு பெரும்பறவையின் சிலிர்க்கும் சிறகதிர்வில், அந்த இறகடி வெப்பத்தின் கருணையில்தான் உயிர்த்தழிவதாகச் சொன்னாள். ஒன்றுடன் ஒன்று சேராத சொற்களைப்போல் அபத்தமாக அவை எனக்கு ஒலிக்கும்.

அவ்வளவு வருடங்களாக மண்டையில் அடைத்துவைத்த பாடல்களும் கவிதைகளும் எங்குச் செல்வதென்று தெரியாமல் அவளுடைய மூளைக்குள் வவ்வால்களைப்போல் முட்டிமோதி அவ்வப்போது ஏதோ ஒன்று வெளிவருவதாக எனக்குத் தோன்றும். அந்த வரிகளும், அவள் அதை அனாயாசமாக, கவலையற்று, உச்சரித்துக்கொண்டே இருப்பதும், என்னைக் கடுப்படையச் செய்யும். "போதும், ஏன் எப்போது பார்த்தாலும் வாய் ஓயாமல் தொணதொணவென்று. கொஞ்சம் பேசாமல் இருக்கக் கூடாதா?" என்று கத்துவேன். என்ன சொன்னாலும் என்னைப் பார்த்துச் சிரிப்பாள். சிறிதுநேரம் பேசாமல் இருப்பாள். மீண்டும் தொடங்குவாள். ஏதேதோ உதிரி வரிகள். எந்த நாசமாகப்போன பழங்காலத்தவனின் வாயில் உதித்த வரிகளோ அவளுக்குத்தான் தெரியும். "இதனால் யாருக்கு என்ன லாபம்? நீ உன் வாழ்க்கையில் உருப்படியாக ஏதும் செய்ததில்லை, சரி. உலகே கொண்டாடும் உன் மகனையாவது ஒரு வார்த்தை பெருமையுடன் சொல்லலாம் அல்லவா?" அவள் வாயில் அள்ளி அள்ளி மண்ணை அடைப்பது

போல் ஒருநாள் கனவு வந்தது. ஏன் அவ்வளவு குரோதம்? சொல்லத் தெரியவில்லை.

பின் எல்லாமே அடங்கிவிட்டது. வாயே திறக்க மாட்டாள். படிப்பதும் இல்லை. கூன்முதுகுடன் இறகுதிர்ந்த பட்சியைப்போல் உடலைக் குறுக்கிக்கொண்டு பகலெல்லாம் படுத்துக்கிடப்பாள். அப்போதெல்லாம் என் எரிச்சல் மறைந்துவிட்டது. அவளைப் பார்க்கும்போதெல்லாம் அப்படியொரு சோகம் மனதைக் கவ்விக்கொள்ளும். இனம் புரியாத பயமும். “அம்மா, அம்மா, அம்மா,” என்று நான் கெஞ்சுவேன். பெரும்பாலும் பதிலே வராது.

மருந்தை நான் உட்கொண்டபோதே அம்மாவைக் கேட்டேன். எங்கள் நிறுவனம் மூலம் மருந்து மலிவானவிலையில் கிடைக்கும், உனக்கும் வாங்கி வரவா என்று. அப்போது அவள் புருவங்கள் நரைக்க ஆரம்பிக்கவில்லை. அதற்கடியிலிருந்து சிறுமணிக் கண்களால் என்னைப் பார்த்தபடி, “இல்லையப்பா, வேண்டாம்,” என்று மெல்லச்சொல்லித் தன் தூரிகையைக் கையிலெடுத்துக் கொண்டாள்.

எனக்குக் கோபம் தலைக்கேறியது. அவளுடைய சிறு தோள்களைப் பிடித்து உலுக்கினேன். “ஏன்? ஏன் வேண்டாம் என்கிறாய்? பாட்டு பாடி, படம் வரைந்து, கவிதை வாசித்தால்? நீ அவ்வளவு பெரிய ஆளா? உனக்கு சாவைக்கண்டு பயம் கிடையாதா? நீ செத்துப்போக ஆசைபப்டுகிறாயா?” வர்ணப் பலகை சாய்ந்து அவள் கழுத்திலும் கைகளிலும் மேலங்கிமீதும் வண்ணங்கள் தெறித்தன.

என் சொற்கள் என் மண்டையில் இடிபோல் இறங்கியது. வாயிலிருந்து தப்பிய வார்த்தைகளைக் கண்டு அதிர்ந்தேன். வார்த்தை வராமல் ஸ்தம்பித்து ஒருநொடி அம்மாவைப் பார்த்தேன். என் கைகளை விலக்கினேன். அப்போதும் அம்மாவிடமிருந்து எந்த எதிர்வினையும் இல்லை. மௌனமாக என்னை நோக்கிக் கொண்டிருந்தாள்.

“இதை குடித்தால் மனிதன் இறப்பை நினைத்து ஒவ்வொருநாளும் பயப்பட வேண்டாம் என்று தானேயம்மா இதை நான் கண்டுபிடித்தேன். என் வாழ்க்கையின் இலட்சியம். நீ மட்டும் வேண்டாம் என்று சொன்னால் எப்படி? அது என்னையே அவமானப்படுத்துவது தானே? உனக்கு என்மேல் நம்பிக்கை இல்லையா?” என் குரல் தழுதழுத்தது. “இல்லை என்னை வெறுக்கிறாயா?”

அம்மா எம்பி என்தலை மீது கை வைத்தாள். அவள் கை ஸ்பரிசம்

கதகதப்பாக இருந்தது. என்னையும் மீறி கண்ணீர் வழிந்தது. "கண்ணா, உன்னை விட்டால் நான் அன்பு கொள்ள இங்கு யார் இருக்கிறார்? வெறுப்பெல்லாம் இல்லை. ஆனால் இது வேண்டாம். நான் இன்னும் சில வருஷங்கள் வாழ்வதில் ஒரு பயனும் இல்லை. வாழ்க்கைக்கே அப்படி நாட்கணக்காக இருந்து காணும்படி அர்த்தம் ஒன்றும் இல்லை. உனக்கும் அது ஒருநாள் புரியும்."

இப்போது அம்மா படுத்துவிட்டாள். நினைவிழந்து கொண்டே வந்தாள். தன் ஆடைகளை, தன் உடலை, பின் தன் இருப்பையே ஒவ்வொன்றாக மறந்துகொண்டே வந்தாள். மனித இறப்பு என்பது எவ்வளவு ஆபாசமானது! இதை வெல்லத்தானே என் உழைப்பெல்லாம்! என் சொந்த அம்மாவுக்கு அது புரியாமல் போய்விட்டதே. என் வாழ்வில் முதன்முறையாக அலுவலக நேரத்தைக் குறைத்துக்கொண்டு அம்மா அருகில் வந்தமர்ந்தேன். எப்போதாவது கண்விழித்து நான் அருகில் இருந்தால் சிரிப்பாள். பின் என்னைக் கண்டடைவதே எப்போதாவதுதான் என்ற நிலைமை வந்தது.

அவள் இறப்பதற்கு இரண்டு நாட்களுக்கு முன்னால்தான் அது நடந்தது. அவள் முன்பொருமுறை கிறுக்கி ஒதுக்கியிருந்த ஒருதாள் அவள் தலைமாட்டிற்கு அருகே இருந்த மேசைமேல் கிடந்தது. நான் அதை எடுத்து வாசிக்க முயற்சி செய்தேன். அம்மாவின் மூச்சுக்காற்று புல்லாங்குழில் அடைக்கப்பட்டு வெளிவருவதுபோல ஒலித்துக் கொண்டிருந்தது. அவள் கண்கள் மூடியிருந்தன. நான் அவளைப் பார்த்தவாறு என் கையில் இருந்த காகிதத்தைக் கவனமில்லாமல் கைபோன போக்கில் மடித்தேன்.

அம்மா சிணுங்கிக் கண்விழித்தாள். தலையைத் திருப்பித் தன் சிறிய, புரை தட்டிய பழுப்புநிற விழிகளால் என்னைப் பார்த்தாள். ஆம், என்னைப் பார்த்தாள். அப்படியொரு புன்னகையை அவள் முகத்தில் எனக்கு மீசை அரும்புவதற்கு முன்னால் மட்டுமே பார்த்த நினைவு. அம்மா நான் கையில் வைத்துக்கொண்டிருந்த காகிதத்தைத் தான் பார்த்துக் கொண்டிருந்தாள் என்பதை அடுத்த நொடியில் உணர்ந்தேன். நடுங்கும் விரல்களால் அவள் அதைப் பற்றினாள். நான் மடித்த காகிதக்கொக்கு அவளுடைய விரலிடுக்கில் சென்று அமர்ந்தது.

பூரணப்பூரிப்புடன் அதையும் என்னையும் மாறிமாறிப் பார்த்தாள். படுக்கையில் ஊறி ஊறி என் அருகே வந்து என் தலையைத் தாழ்த்தினாள். அந்தப் பறவையை என் தலைமீது உயர்த்தி, தன் முகத்தைக் கஷ்டப்பட்டுத் தூக்கி, என் உச்சியில் முத்தமிட்டாள்.

என் கண்களைப் பார்த்து கிழட்டு மழலையில் எதையோ உணர்ச்சிகரமாக, கண்பொலிக்கச் சொன்னாள். புரியவில்லை. அவளை அமைதிப்படுத்திப் படுக்க வைத்தேன். சற்றுநேரத்தில் மீண்டும் அதே மயக்கத் தூக்கத்தில் மூழ்கி விட்டாள். அவள் விரல்கள் அந்தக் காகிதக்கொக்கை அடுத்த இரண்டு நாட்களுக்குக் கெட்டியாகப் பிடித்திருந்தன. அவள் இறந்தபோதும்கூட எங்களால் அதை அகற்ற முடியவில்லை. அதைப் பற்றியபடியேதான் அவள் உடல் கதிரலைகளைக் கொண்டு சாம்பலாக்கப்பட்டது.

உலகத்திலேயே கடைசியாக இறந்த மனித உயிர்களில் அம்மாவும் ஒருத்தி. அதற்குள் கல்லறைகளுக்கு மேல் இன்பச் சுற்றுலாத்தளங்களும் கேளிக்கை பூங்காக்களும் எழுப்பப்பட்டு விட்டன. உயிர் நீட்புமருந்தை வாங்க இயலாதவர்களும், இறப்பைத் தேர்ந்தெடுத்த சொற்ப மனிதர்களும், அவர்களைச் சார்ந்தவர்களும், வேறு வழியற்ற மிருகங்களும், இறப்புடன் எவ்வழியிலேனும் தொடர்புக்கு வருபவர்களும் ஊருக்கு வெளியே இருக்கும் காட்டில்தான் வாழ்கின்றனர். இறப்பு என்பதே எங்கள் பிரக்ஞைக்கு வெளியே, தூரத்தில் எங்கேயோ நிகழும் ஒன்று என்று நம்ப ஆரம்பித்துவிட்டோம். நாங்கள் அதைப்பற்றி நினைப்பதில்லை. இங்கு யாரும் சாவதில்லை. இந்தப்பறவையும் காட்டிலிருந்துதான் வந்திருக்க வேண்டும்.

என் கையுறைகளைத் தாண்டியும் மண்ணின் ஸ்பரிசம் தோண்டிக்கொண்டிருக்கும் என் விரல்களுக்குத் தெரிந்தது. யாரும் பார்க்காது வேகவேகமாகத் தோண்டினேன். இதைப் புதைக்க வேண்டும் என்ற விழைவு எங்கிருந்து வந்தது? யார் வந்து என் காதில் அதைச் சொல்லியது? இந்தப் பறவையினுள் இவ்வளவு நாள் வாழ்ந்து கொண்டிருந்த பறவை எங்கே போயிற்று? இங்கேதான் அது சுற்றிக்கொண்டிருக்குமா? ஒருவேளை அதுதான் சொன்னதா? திடுக்கிட்டேன். ஒற்றை மணிக்கண் என்னை இமை கொட்டாமல் பார்த்துக் கொண்டிருப்பதாக உணர்ந்தேன். ஒருவேளை அம்மா இறப்பதற்கு முன்னால் நான் மடித்த காகிதக்கொக்கின் கண்ணாக இருக்குமோ?

அன்று என் விரல்கள் ஏன் அந்தக் காகிதக்கொக்கை மடித்தது? சிறுவயதில் நான் நிறையக் காகிதக்கொக்குகளை மடித்திருக்கிறேன். அந்த நினைவுத்தடங்கள் என் விரல்களில் ஒட்டியிருக்கவேண்டும். அப்போது அம்மாவின் நண்பர்கள் பலர் சூழ இருக்கும் எங்கள் எளிய வீடு. அனைவரும் கவிதை எழுதுவார்கள். கவிதை எழுதப்பட்ட தாள்களைக் கொண்டு கொக்குகளும் கிளிகளும்

சுசித்ரா • 149

குருவிகளும் காகங்களும் ஆயிரக்கணக்கில் மடிப்பார்கள். ஊர் சதுக்கத்தில் அவற்றைத் தோரணம் கட்டி அங்கேயே அவற்றுக்கடியில் அமர்ந்திருப்பார்கள். அந்தச் சந்திப்புகள் முடிந்தபோது அப்பறவைகள் ஒருவேளைக் காட்டினுள் பறந்திருக்கக்கூடும். அவை புணர்ந்து முட்டையிட்டுப் பொறித்த குஞ்சுகளின் வம்சத்தில் இந்தப் பட்சி தோன்றியிருக்கக் கூடும். உடல் சிலிர்த்துக்கொண்டேன். ச்சே! என்ன எண்ணம் இது!

பதின்பருவத்தில் எனக்குக் காகிதம் மடிப்பதில் அபத்தம் தட்டத் தொடங்கியது. அம்மா நானும் அவளைப்போலக் கதைசொல்லி காகிதம் மடித்துக் கானம்பாடி காலத்தைத் தள்ளவேண்டும் என்று நினைத்திருக்கலாம். அது ஒன்றிற்கும் உதவாதது. பொட்டைத் தனமானது. நான் உலகை மாற்றும் விதி சமைப்பவன் என்ற எண்ணம் கொண்டிருந்தேன். மரண பயம் கொண்டவர்களுக்கே இலக்கியமும் தத்துவமும். என் பாதை வேறு. கண்ணால் பார்ப்பதையும் காதால் கேட்பதையுமே நம்பி உலகத்துள் இறங்கினேன். அறிவியல் நான் தேடியவற்றையெல்லாம் கொடுத்தது. புகழும் பணமும் மட்டுமல்ல. வாழ்க்கைப் பயனும் சுய அடையாளமும்தான். வயோதிகத்தையும் மரணத்தையும் வென்று மனித இனத்தையே ஒருபடி முன்னே சுமந்து சென்றவன் நான் என்ற திருப்தி கிடைத்தது. "காலா உன்னைப் புல்லென மிதிக்கிறேன்" என்று அம்மா உடல் சிலிர்த்துச் சொல்லுவாள். அவள் சொன்னாலும் மிதித்ததென்னவோ நான்தான்.

ஆனால் இதெல்லாம் உண்மை என்றால் நான் ஏன் இவ்வளவு அபத்தமாகப் பனி பொழிந்துகொண்டிருக்கும் இம்மதிய வேளையில், கொண்டாடிக் களிக்க வேண்டிய என் நூற்றி எழுபத்தெட்டாம் பிறந்தநாள் அன்று இப்படி ஒரு செத்த பறவையைப் புதைக்கக் குழிதோண்டிக் கொண்டிருக்கிறேன்? பறவை பாவம் என்பதாலா? ஏதோ சொல்லறியா வரியின் எதிரொலிக்குரல் தரும் உந்துதலா? சர்வமும் அபத்தம். திடீரென்று ஒன்று நினைவுக்கு வருகிறது. எமிலிடிக்கின்சனின் கவிதைகளில் எப்போதும் எந்தப் பறவையும் பாவமாகச் சாவதில்லை. அவை என்றென்றும் உயிரோட்டத்துடன் மட்டுமே தோன்றுபவை. உற்றுநோக்கிக் கொண்டிருப்பவை. மெல்லிய சிறகதிர்வுடன் காற்றின்மேல் நழுவி வானில் உயரப் பறப்பவை.

ஒரு அடிக்குத் தோண்டி விட்டேன். இப்போது என்னால் அப்பறவையை விரல்களால் தொடமுடிகிறது. அதை மெல்லத்தூக்கி, நான் கொண்டுவந்த பெட்டியில் பத்திரமாக வைக்கிறேன். பின்

ஏதோ தோன்ற என் கையுறை ஒன்றைக் கழற்றி அதனை அதில் சுற்றுகிறேன். செத்தப்பறவைக்குக் குளிரடிக்காது. இருந்தாலும். பெட்டியை மூடி மண்ணில் வைக்கிறேன். மெல்லத்தட்டி முதல் கைப்பிடி மண்ணை அதன்மீது தங்கத்தூசைப் போல் பொழிகிறேன். முன்புணர்ந்த ஒரு பறவையின் இமையா விழிப்பார்வை என் முதுகுத்தண்டில் மீண்டும் உணர்கிறேன். அம்மாவின் கரம் என் உச்சந்தலையில். நீள் மூச்சுவிடுகிறேன். தலையைச் செருக்குடன் உயர்த்தி முதுகை நேர்படுத்திக் கொள்கிறேன். சிவந்த கண்மணி உற்று நோக்குகிறது. அது கண்ணிமைக்கத் தொடங்குகிறது. இப்போது வேகமாக. நான் அவசர எண்ணை அழைத்திருக்க வேண்டும்தான். செய்யவில்லை. நான் குழியை மூடிக்கொண்டிருக்கும் போதே தூரத்தில் அபாயச்சங்கு ஒலிக்கத் தொடங்குகிறது.

(பதாகை, டிசம்பர் 2018)